மணிக்கொடி
கவிதைகள்

மணிக்கொடி
கவிதைகள்

தொகுப்பும் பதிப்பும்

ய. மணிகண்டன்

புதுமைப்பித்தன், ந. பிச்சமூர்த்தி, கு.ப.ரா., மௌனி முதலியவர்களின் சிறுகதைப் படைப்புகளால், நவீனத் தமிழிலக்கிய வரலாற்றில் முக்கியத்துவம்பெறும் *மணிக்கொடி* நவீனக் கவிதை வளர்ச்சிக்கும் தனித்த பங்களிப்பை வழங்கியுள்ளது. பாரதிதாசன், நாமக்கல் ராமலிங்கம், சுத்தானந்த பாரதி, ச.து.சு. யோகி முதலியோரின் மரபுக்கவிதைகளும், ந. பிச்சமூர்த்தி, கு.ப.ரா. முதலியோரின் வசனகவிதைகளும், புதுமைப்பித்தன் உள்ளிட்டோரின் மொழிபெயர்ப்புக் கவிதைகளும் *மணிக்கொடி*யில் இடம்பெற்றன. *மணிக்கொடி*யின் கவிதைப் பங்களிப்பு உரிய கவனத்தைப் பெறும்வகையில் *மணிக்கொடி*யில் வெளிவந்த அனைத்துக் கவிதைகளையும் இந்நூல் முதன்முறையாகத் திரட்டி வழங்குகிறது.

ய. மணிகண்டன் (பி. 1965)

தமிழ் யாப்பியல், சுவடிப் பதிப்பியல், பாரதியியல், பாரதிதாசனியல் ஆகிய களங்களில் குறிப்பிடத்தக்க பங்களிப்புகளை நிகழ்த்தியுள்ளவர். தஞ்சை சரசுவதி மகால் நூலகத் தமிழ்த் துறையில் பத்தாண்டுகளுக்கு மேல் பணியாற்றியவர்; சென்னைப் பல்கலைக்கழகத் தமிழ் இலக்கியத் துறையில் பதின்மூன்று ஆண்டுகள் பணியாற்றியபின் தமிழ் மொழித்துறையில் பேராசிரியராகப் பணியாற்றிவருகிறார்.

பதிப்பாசிரியரின் பிற நூல்கள்

- ❖ பாரதிதாசனின் அரிய படைப்புகள் (2001)
- ❖ பாரதிதாசன் கவிதைகளில் பாரதியார் (2004)
- ❖ பாரதிதாசனும் சக்தி இதழும் (2005)
- ❖ பாரதிதாசன் இலக்கியம்: அறியப்படாத படைப்புகள் (2005)
- ❖ பாரதிதாசன் கவிதை இலக்கியங்கள்: சுயமரியாதை, சமத்துவம் (2005)
- ❖ பாரதிதாசன் கவிதை இலக்கியங்கள்: இறைமை, இந்தியவிடுதலை இயக்கம் (2006)
- ❖ நேரிசை வெண்பா இலக்கியக் களஞ்சியம் (2006)
- ❖ மகாகவி பாரதியும் சங்க இலக்கியமும் (2011)
- ❖ ந. பிச்சமூர்த்தி கட்டுரைகள் (2012)
- ❖ கட்டளைக் கலித்துறை (2014)
- ❖ *Early Studies in Tamil Prosody* (2014)
- ❖ பாரதியியல்: கவனம்பெறாத உண்மைகள் (2014)
- ❖ பாரதியின் இறுதிக்காலம்: கோவில் யானை சொல்லும் கதை (2014)
- ❖ பாரதிதாசன் யாப்பியல் (2014)
- ❖ மணிக்கொடி மரபும் பாரதிதாசனும் (2014)
- ❖ தமிழில் பில்கணீயம்: மணிக்கொடி எழுத்தாளர்கள் – பாரதிதாசன் (2014)
- ❖ தமிழில் யாப்பிலக்கணம்: வரலாறும் வளர்ச்சியும் (2016)
- ❖ புதுவைப் புயலும் பாரதியும்: காற்றென வந்தது கூற்றம் (2021)

மணிக்கொடி
கவிதைகள்

தொகுப்பும் பதிப்பும்
ய. மணிகண்டன்

காலச்சுவடு பதிப்பகம்

மணிக்கொடி: கவிதைகள் ✦ தொகுப்பும் பதிப்பும்: ய. மணிகண்டன்✦ பதிப்பும் அமைப்பும் © ய. மணிகண்டன் ✦ முதல் (குறும்) பதிப்பு: மே 2016, நான்காம் (குறும்) பதிப்பு: பிப்ரவரி 2022✦வெளியீடு: காலச்சுவடு பப்ளிகேஷன்ஸ் (பி) லிட்., 669 கே. பி. சாலை, நாகர்கோவில் 629001

maNikkoTi: kavitaikaL ✦ Poems ✦ Edited by: Ya. Manikandan ✦ Compilation, editorial format and arrangement © Ya. Manikandan✦ Language: Tamil ✦ First (Short) Edition: May 2016, Fourth (Short) Edition: February 2022 ✦ Size: Demy 1x8✦Paper: 18.6 kg maplitho ✦ Pages: 128

Published by Kalachuvadu Publications Pvt. Ltd., 669, K.P. Road, Nagercoil 629001, India ✦ Phone: 91-4652-278525 ✦ e-mail: publications@kalachuvadu.com ✦ Printed at Clicto Print, Jaleel Towers, 42 KB Dasan Road, Teynampet Chennai 600018

ISBN: 978-93-5244-043-6

02/2022/S.No. 720, kcp 3473, 18.6 (4) 1k

பொருளடக்கம்

முன்னுரை   11

பாரதிதாசன்

1. இன்பத் தமிழ்   27
2. வளர்ந்த திங்கொரு தீ   27
3. எழுச்சியுற்ற பெண்கள்   29
4. மக்கள் மறந்த இன்பம்   31
5. மின்னும் தமிழ்   33
6. கர்ப்பத் தடை   34
7. சக்திப் பாட்டு   36
8. பாட்டின் சுவையறியும் பாக்கியம்   37
9. இயற்கைத் தேவியின் கோபம்   39
10. தமிழ்க் கனவு   40
11. புத்தகசாலை வேண்டும்   41
12. கொடைத் தமிழன்   43
13. கவிதைக் காதலி (தமிழ்க் காதல்)   44
14. தமிழ்க் கல்வி   45
15. சங்கங்கள்!   46
16. தை   48

நாமக்கல் ராமலிங்கம்

17.	அன்பே நாதனைக் காண்பது	49
18.	ஆடம்பரம் போதாது: அன்பு வேண்டும்	49
19.	காங்கிரஸின் வெற்றி	50

சுத்தானந்த பாரதி

20.	மணிக்கொடி	52
21.	ஆனந்தர் உபதேசம்	53
22.	அடிமைக் கூண்டு	54

ச.து. சுப்பிரமணிய யோகி

23.	ஜோதி உதயம்	56

பிகூஞ் [ந. பிச்சமூர்த்தி]

24.	பிரிவில் தோன்றும் பேரின்பம்	58
25.	ஒளியின் அழைப்பு	59
26.	தீக்குளி	61
27.	கிளிக்குஞ்சு	61
28.	வாய் நிறைந்த வாழ்த்து	63
29.	பிரார்த்தனை	64
30.	அக்கா குருவி	65
31.	கொம்பும் கிணறும்	67

கு.ப.ரா.

32.	கருவளையும் கையும்	68
33.	மாங்கனிச் சுவைப்பு	72
34.	புத்த பகவான்	73
35.	நண்பனுக்கு	73
36.	கேள்வி	74
37.	கவிதைக்கு	74
38.	ராக்கி நெனப்பு	75

மே.ரா.மீ. சுந்தரம்

39. பெண் — 77
40. மறை — 78
41. கவி — 78
42. என்னிச்சை — 79
43. சோகக் காதல் — 79

வாணிதாஸன்

44. துறவுக் காதல் — 81
45. சாரல் காட்சி — 82
46. அன்பு மலர்ச்சி — 83

கே.ஸ்ரீ.

47. தாய் வணக்கம் — 84
48. தமிழிலே, தமிழிலே! — 84
49. வா, வா, வாணி! — 85

வத்தலக்குண்டுப் 'பித்தன்'

50. நடுகல் — 86
51. நிலா! — 87

பிறர்

52. என் காதல்! — எஸ். கோவிந்தையங்கார் — 89
53. மல்லிகை — பெ.கொ. சுந்தரராஜன் — 90
54. காதலும் காட்சியும் — இளங்கோவன் — 91
55. வாழ்வும் தாழ்வும் — வ. ராஜகோபாலன் — 93
56. பேதமற்ற போதம் — ஜாதி பேதமற்றோன் — 94
57. ஹரிஜனர் ஆலய நுழைவு — சமூகப் பித்தன் — 95
58. பாட்டுப் பாட்டு — காளிதாசன் — 97
59. காலம் அளக்கும் சிறுகோல் — வே.சி. — 98
60. வெற்றி — சேது — 101

61. நாள் புதிதொன்று பிறந்தது – நந்தகோபாலன் 103

62. ஆடுகள் – வித்வான் எஸ். உமைதாணு பிள்ளை 104

63. ஒன்றிய காதல் – ஸ்ரீவை. ரா.வெ. 106

64. செம்படவர் பாட்டு – ரா.வெ. 106

65. தூரத்துப் பச்சை – தீபன் 107

66. கன்னியின் ஆசை – ரா.ஸ்ரீ. தேசிகன் 108

67. என்னூர்ப் பக்கம் போகேன்! -
புரசு பாலகிருஷ்ணன் 109

68. கடல் காக்ஷி – தராபதி 109

69. உய்விடம் – ரா.ஸ்ரீ. 110

70. வானத்தின் மினுக்கிப் பெண்கள் -
ரா. சாரங்கபாணி 111

பிற்சேர்க்கைகள்

கவிதாதேவி அருள்வேண்டல் – சி. சுப்ரமணிய பாரதி 115

மொழிபெயர்ப்புக் கவிதைகள் 119

முகப்புப் படங்களின்கீழ் இடம்பெற்றவை 124

~

கவிதைத் தொடக்க முதற்குறிப்பு 125

துணைநூற்பட்டியல் 127

முன்னுரை

பாரதியைத் தொடர்ந்து புதிய தமிழ்க் கவிதை இலக்கியத்திற்கு வளம் சேர்க்கப் பிறந்து காத்திருந்த பாரதிதாசனை நாட்டினருக்கு அறிமுகப்படுத்தியது மணிக் கொடியின் இரண்டாவது பெரிய சாதனை.

என்று குறிப்பிட்டார் மணிக்கொடிக் கால வரலாற்றை எழுதியவரும் ஒரு கட்ட மணிக்கொடியின் ஆசிரியருமாகிய பி.எஸ். ராமையா ('*மணிக்கொடி காலம்*', ப. 64).

இந்தக் கூற்றை எடுத்துப் பேசிய கா. சிவத் தம்பி, "*மணிக்கொடி நவீனத் தமிழிலக்கியத்தின் முற்று முழுதான பிரதிநிதி என்பதை நிலை நிறுத்தத்தக்க இந்த உண்மை*" என்று எழுதினார்.

1944இல் கு.ப.ரா. மறைந்தபோது ந. பிச்சமூர்த்தி கலைமகள் இதழில் இப்படி எழுதினார்:

அவன் எழுதியிருக்கும் கவிகள் 'கருவளை யும் கையும்' என்ற தலைப்பில் *மணிக்கொடி* யில் வெளிவந்தன. அது ஒரு புது முயற்சி. அந்த முறையில் நான்தான் முதல் முதலாக ஆரம்பித்தேன் என்று கூசாமல் சொல்லுவேன். 'காதல்' என்ற மகுடத்தில் *மணிக்கொடியில்* ஒன்று எழுதி னேன். அதற்குப் பிறகு ராஜகோபாலன் 'கருவளையும் கையும்' ஆரம்பித்தான். படித்தால் கவிதா உணர்ச்சி ததும்பும். ஆனால் உருவத்தில் வசனம் போல இருக்கும். யாப்பு மருந்துக்குக்கூட இராது. இதற்கும் விஷயம் ஆண் பெண் உறவுதான். 'காதலன்', 'காதலி' என்னும் அகப்பொருளை – நைந்து போன

கனியை – எவ்வளவு புதுமையுடனும் கவர்ச்சியுடனும் கையாண்டிருக்கிறான் என்பது 'கருவளையும் கையும்' என்ற கவிதைத் தொடர்ச்சியைப் படித்தால் விளங்கும். உவமை அழகும், உணர்ச்சிப் பெருக்கும், சொல்வளமும் நிறைந்த கவிதை. அவை புத்தக உருவில் இனி வெளிவர வேண்டும்.

('ந. பிச்சமூர்த்தி கட்டுரைகள்', ப. 90)

பாரதிதாசனின் கவிதைகள் இடம்பெற்றமை *மணிக்கொடி*யின் இரண்டாவது பெரிய சாதனை என்பதும், நவீனத் தமிழிலக்கியத்தின் முற்று முழுதான பிரதிநிதி *மணிக்கொடி* என்பதை நிலைநிறுத்தும் உண்மை அது என்பதும், முதன் முதலாகத் தமிழில் புதுக்கவிதை முயற்சியை ந. பிச்சமூர்த்தி *மணிக்கொடி*யில்தான் நிகழ்த்தினார் என்பதும், அவரைத் தொடர்ந்து கு.ப.ரா. புதுக்கவிதை முயற்சியை *மணிக்கொடி*யில் தொடர்ந்தார் என்பதும் *மணிக்கொடி*யின் வரலாற்றை எழுதியவராலும் ஆய்வை நிகழ்த்தியவராலும் கவிதைகளைப் படைத்தவராலும் அழுத்தமாகச் சொல்லப்பட்டிருக்கின்றன. எனினும் இந்த உண்மை தமிழுலகின் பரவலான கவனத்தை இன்னமும் பெறவேண்டியே உள்ளது.

பாரதிதாசனின் கவிதைகள் இடம்பெற்றமை மட்டுமன்று; தமிழின் முதல் புதுக்கவிதை இடம்பெற்றமை மட்டுமன்று; நாமக்கல் கவிஞர், ச.து.சு. யோகி, சுத்தானந்த பாரதி முதலியவர்களின் கவிதைகளும், மிகப் பல இளங்கவிஞர்களின் கவிதைகளும், புதுமைப்பித்தன் முதலியோரின் மொழி பெயர்ப்புக் கவிதைகளும் இடம்பெற்ற இதழாகவும், முப்பதுகளின் தமிழ்க் கவிதைப் போக்கைக் குறிப்பிடத்தக்க நிலையில் பிரதிபலிக்கும் இதழாகவும் *மணிக்கொடி* விளங்குகின்றது.

*மணிக்கொடி*யின் சிறுகதைப் பங்களிப்புப் பற்றி நிறையப் பேசப்பட்டிருக்கிறது. கவிதைப் பங்களிப்புப் பற்றிப் பேசப்பட வேண்டியிருக்கிறது. அதற்கு வாய்ப்பாக *மணிக்கொடி*யில் இடம்பெற்ற கவிதைகள் அனைத்தையும் இந்நூல் திரட்டி வழங்கியுள்ளது.

~

புதுமைப்பித்தனும் ந. பிச்சமூர்த்தியும் கு.ப.ரா.வும் மௌனியும் சிறுகதைகளைப் படைத்த இதழ்; மறுமலர்ச்சி இலக்கியத்திற்கு வித்திட்ட முன்னோடி இதழ்; கதை மணிக் கொடி என்றே விதந்து சுட்டப்படும் நிலையில் சிறுகதை இலக்கியத்திற்குப் பங்களிப்பைச் செய்த இதழ் என்னும்

தோற்றமே *மணிக்கொடி* இதழ் என்றதும் மேலோங்கி எழும். எனினும் இந்திய விடுதலை அரசியல், சமூக சீர்திருத்தம், தமிழ் இலக்கிய மறுமலர்ச்சி ஆகியவற்றை முதன்மை நோக்கங்களாகக் கொண்ட இதழாகவே *மணிக்கொடி* கால் கொண்டது. இதனை *மணிக்கொடியின்* நிறுவன ஆசிரியரான கு. சீனிவாசன் பின்வருமாறு உணர்வுபொங்க எடுத்துரைத் திருந்தார்:

> *பரந்த ஆசையில் பிறந்தது மணிக்கொடி. இந்திய விடுதலை, பாரதமாதாவின் விசுவரூபம், உலக வரலாற்றின் ஏட்டுத் திருப்பம், மானுடம் ஓங்கி தெய்வீக எல்லையைக் கிட்டும் பேரெழுச்சி, கலி மறைந்து கிருத யுகம் தோன்றும் வைகறை என்ற மனக்காட்சிகளின் மோகனக் கவர்ச்சியில் முளைத்தது. ராம்மோஹன்ராய், ரிஷி தயானந்த், விவேகாநந்த், அரவிந்த கோஷ், திலக், ரவீந்திரநாத், காந்தியடிகள் முதலியவர்கள் கொண்டிருந்த குறிக்கோள்கள், காட்டிய நெறிகள், வகுத்த முறைகள், இரும்பைக் காந்தம் இழுப்பது போல் இளமனங்களை ஈர்த்த காலம். அவைகளையே மணிக்கொடி தனது ஸங்கல்பமாக ஏற்றுக்கொண்டது. பாரதியாரின் 'இந்தியா' பத்திரிகையும் வ.வே.சு. அய்யரின் 'பால பாரதி'யும் தொட்டுவிட்டுப் போன பணியைத் தொடர்ந்து நடத்த வேண்டும் என்பது அவா.*
>
> *ஸங்கல்பம் தீர்க்கமானதாக இருந்தாலும் திறனோ வளர்ச்சியோ அதற்குத் தக்கதாக இல்லை. தன் பணியில் ஒரு பகுதியாக வகுத்துக்கொண்ட இலக்கியச் சோலையிலே தான் மணிக்கொடி பின்னால் வளங்கண்டது.*

('பி.எஸ். ராமையா மணிமலர்', ப. 14)

பிற்காலங்களில் இலக்கிய மறுமலர்ச்சிக்கான பங்களிப்பே *மணிக்கொடியின்* முதன்மை முகமாக அமைந்துவிட்டது. *மணிக்கொடி* இதழ், கவிதைகளுக்கும் மொழிபெயர்ப்பு களுக்கும் ஓற்றையங்க நாடகம், நடைசித்திரம், மனநிழல் முதலிய இலக்கிய வகைகளுக்கும் பொருளாதாரம் உள்ளிட்ட பிறதுறைக் கட்டுரைகளுக்கும் அளித்துள்ள பங்களிப்பும் சிறுகதை பங்களிப்புக்கு அடுத்த நிலையில் கவனம் பெற வேண்டியவையாகும்.

பாரதியை அடுத்த பெருங்கவிஞரான பாரதிதாசனின் கவிதைகளும், முதன்மையான சிறுகதைப் படைப்பாளிகளும் வசனகவிதை வடிவத்தை முன்னெடுத்தவர்களுமாகிய ந. பிச்ச

மூர்த்தி, கு.ப.ரா. ஆகியோரின் கவிதைகளும் இடம்பெற்றமை மணிக்கொடிக் கவிதைகளின் மும்முதன்மைப் பரிமாணங்கள் எனலாம்.

நாமக்கல் கவிஞர், ச.து.சு. யோகி, சுத்தானந்த பாரதி ஆகிய பரவலாக அறியப்பெற்ற கவிஞர்களின் சில கவிதைகளும், மணிக்கொடியை நிறுவிய கு. சீனிவாசன் (கே.ஸ்ரீ.), மே.ரா.மீ. சுந்தரம், வாணிதாஸன் (பாரதிதாசன் மரபிலான வாணிதாசன் அல்லர் இவர்), வத்தலக்குண்டுப் பித்தன் ஆகியோரின் சில கவிதைகளும் மணிக்கொடியில் இடம்பெற்றன. இவர்களைத் தவிர எஸ். கோவிந்தையங்கார், பெ.கொ. சுந்தரராஜன், இளங்கோவன், வ. ராஜகோபாலன், ஜாதிபேதமற்றோன், சமூகப் பித்தன், காளிதாசன், வே.சி., சேது, நந்தகோபாலன், வித்வான் எஸ். உமைதாணு பிள்ளை, ஸ்ரீவை.ரா.வெ., ரா.வெ., தீபன், ரா.ஸ்ரீ. தேசிகன், புரசு பாலகிருஷ்ணன், தராபதி, ரா.ஸ்ரீ., ரா. சாரங்கபாணி ஆகிய பத்தொன்பது கவிஞர்கள் எழுதிய ஒவ்வொரு கவிதையும் மணிக்கொடியில் இடம்பெற்றன.

~

மணிக்கொடியில் இடம்பெற்ற கவிதைகளுள் சில மொழிபெயர்ப்புகளாகும். அரவிந்தர் குறித்துத் தாகூர் எழுதிய கவிதையொன்றைச் சுத்தானந்த பாரதியும், சித்தரஞ்சன தாசர் 'சாகர சங்கீதம்' என்னும் தலைப்பில் வங்க மொழியில் எழுதிய கவிதையை அரவிந்தர் ஆங்கிலத்தில் மொழிபெயர்க்க, அதனைக் 'கூத்தன்' என்னும் புனைபெயரில் புதுமைப்பித்தனும், பிரெஞ்சு மொழியிலும் ஆங்கில மொழி யிலும் இடம்பெறும் காதலிக்காக / பரத்தைக்காகத் தாயின் இதயத்தைக் காணிக்கையாக்கச் செல்பவன் குறித்த கவிதையை ஆங்கிலத்திலிருந்து 'கேசு' என்பவரும், ஷெல்லி யின் கவிதையை 'ஆங்கிலர்க்கு ஒரு கீதம்' என்னும் தலைப்பில் பொ. திரிகூடசுந்தரமும் மொழிபெயர்த்துள்ளனர். இவையன்றி இக்பால் எழுதிய கவிதை மொழிபெயர்த்தவர் பெயரின்றி 'விளக்கும் விட்டிலும்' என்னும் தலைப்பில் இடம் பெற்றுள்ளது. மணிக்கொடிக் கவிதைகளுள் மொழிபெயர்ப்புக் கவிதைகளும் குறிக்கத்தக்க எண்ணிக்கையில் உள்ளன.

~

'மணிக்கொடி' இதழில் பாரதிதாசனின் 'புத்தகசாலை வேண்டும்', 'தமிழ்க் கல்வி' ஆகிய இரு கவிதைகளும் இதழ் முகப்புக் கவிதைகளாக வெளிவந்தன. பிற்காலங்களில் ந. பிச்சமூர்த்தியின் 'பிரிவில் தோன்றும் பேரின்பம் – குரலில் ஒலிக்கும் காதல்', கு.ப.ரா.வின் 'கருவளையும் கையும்',

ஜாதிபேதமற்றோன் என்பவரின் 'பேதமற்ற போதம்' ஆகிய கவிதைகள் *மணிக்கொடியின்* இதழ் முகப்பில் இடம்பெற்றன. கவிதைகளுக்கு *மணிக்கொடி* அளித்த இடத்தையும் முக்கியத்துவத்தையும் இவை காட்டுகின்றன.

~

மணிக்கொடியின் வரலாற்றில் பாரதிதாசன் கவிதைகள் எழுதியதும், பாரதிதாசனின் வரலாற்றில் *மணிக்கொடியில்* அவர் கவிதைகள் படைத்ததும் தனித்த இடத்தைப் பெறும். எனினும் இருநிலைகளிலுமே இந்நிகழ்வு உரிய வெளிச்சத்தைப் பெறவில்லை.

சுயமரியாதை இயக்கக் கவிஞராகவும், தமிழ் தேசியக் கவிஞராகவும் சட்டென்று கவனத்திற்கு வருகின்ற பாரதி தாசன் இந்திய விடுதலை இயக்கத்தில் குறிப்பிடத்தக்க பங்களிப்புகளை நல்கியுள்ளார் என்பது எப்படிக் கவனத்தைப் பெறவில்லையோ அதுபோலவே *குடிஅரசு, நகரதூதன்* முதலிய திராவிட இயக்க இதழ்களில் எழுதியவர் என்பது அறியப்படுமளவுக்கு *மணிக்கொடியில்* அவர் எழுதினார் என்பது அறியப்படவில்லை.

மணிக்கொடியின் இரண்டாம் இதழ் தொடங்கிப் பாரதிதாசன் கவிதைகள் எழுதியிருக்கின்றார். பதினைந்து கவிதைகள் இடம்பெற்றிருக்கின்றன.

பாரதிதாசனின் புகழ்பெற்ற 'தமிழுக்கு அமுதென்று பேர்', தமிழில் குடும்பக் கட்டுப்பாட்டைக் குறித்து எழுதப்பட்ட முதல் கவிதை எனப்படும் 'கர்ப்பத் தடை' ஆகியன *மணிக்கொடியில்*தான் வெளிவந்தன. இந்திய விடுதலை, பீகார் நிலநடுக்கம், தமிழ் மொழி, பாரதி, பாரதிக்கும் தமக்குமான தொடர்பு ஆகியவற்றைப் பற்றி அவர் கவிதை படைத்திருக்கிறார்.

மணிக்கொடியின் இரண்டாம் இதழிலேயே பாரதிதாசனின் மிகப் புகழ்பெற்ற "தமிழுக்கும் அமுதென்று பேர்" வெளிவந்தது. இக்கவிதை அப்போது தங்களிடையே ஏற்படுத்திய தாக்கத்தைப் பி.எஸ். ராமையா உணர்ச்சி ததும்ப இப்படி விவரித்திருந்தார்:

> *மணிக்கொடியின்* முதல் இதழ் செப்டம்பர் பதினேழாம் தேதி வெளிவந்தது. அதன் இரண்டாவது இதழிலேயே, அடுத்த ஞாயிறு அன்றே '*மணிக்கொடி*' ஒரு சக்தி என்ற உண்மையும் வெளிவந்தது. இரண்டாவது இதழில் 'இன்பத் தமிழ்' என்ற தலைப்பில் ஒரு கவிதை வெளிவந்தது. "தமிழுக்கும் அமுதென்று பேர் . . ." என்று தொடங்கிய

அந்தக் கவிதையை எழுதியவர் பெயர் பாரதிதாசன் என்று குறித்திருந்தது. அப்போது பாரதிதாசன் யார் என்பது எனக்குத் தெரியாது. எனக்கு மட்டுமென்ன, பாரதியார் வட்டாரத்தில் நெருங்கிப் பழகியவர்கள் சிலரைத் தவிர மற்றவர்களுக்குத் தெரியாது.

அந்தக் கவிதையை நான் தனியாகப் படித்தபோது அதனுள்ளிருந்த உயிர்த்துடிப்பு, விசை, வேகம் ஆகிய வற்றை நான் முழுவதும் உணரவேயில்லை. ஆனால், நாலைந்து நாட்களுக்குப் பிறகு ஒரு நாள் மாலையில் மணிக்கொடி அலுவலகத்தில் கூடியிருந்த பத்துப் பன்னிரண்டு நண்பர்களிடையே சங்கு சுப்பிரமணியன் தமது கம்பீரமான குரலில் அந்தக் கவிதையை இசை இன்பத்துடன் கலந்து பாடிக் காட்டியபோது என் உடல் சிலிர்த்தது. உள்ளத்தில் என்னவோ பொங்கிப் பொங்கி வந்தது.

அங்கே கூடியிருந்த மற்றவர்கள் இலக்கியப் படைப்பிலும், ரசனையிலும் எனக்கு மிக்கவர்கள் என்பதைக்கூட மறந்துவிட்டேன். என் உற்சாகத்தில் நான் அவர்களுக்கு அந்தப் பாடலை விமர்சனம் செய்து அதற்கு விளக்கம் சொல்லத் தொடங்கிவிட்டேன்.

அப்போதுதான், வ.ரா., பாரதிதாசன் என்ற கனக சுப்புரத்தினத்தைப் பற்றிச் சொன்னார்.

மணிக்கொடி அலுவலகம் அந்த மாலையில் பாரதியாரின் கவிதா சன்னிதியாக மாறிவிட்டது. சங்கு சுப்பிரமணியன் பாரதிதாசன் பாடலை இன்னொரு முறை பாடிக் காட்டினார்.

('மணிக்கொடி காலம்', ப. 49)

இவ்வாறு மணிக்கொடிக் குழுவினரிடையேயும் மணிக் கொடி வாசகரிடையேயும் ஈடுபாட்டையும் தாக்கத்தையும் ஏற்படுத்திய கவிதைகளாகப் பாரதிதாசனின் கவிதைகள் விளங்கின.

'சக்திப் பாட்டு', 'கொடைத் தமிழன்', 'தமிழ்க் கல்வி', 'மக்கள் மறந்த இன்பம்' ஆகிய கவிதைகளுக்கு உரைநடையில் அழகிய அறிமுகக் குறிப்புகளை மணிக்கொடி வரைந்திருந்தது குறிப்பிடத்தக்கது. 'மக்கள் மறந்த இன்பம்' கவிதைக்கு எழுதப்பட்ட குறிப்பு மணிக்கொடி கு. சீனிவாசன் கைவண்ணத்தில் எழுந்ததாகும்.

மணிக்கொடியில் இடம்பெற்ற 15 கவிதைகளில் 'இன்பத் தமிழ்', 'எழுச்சியுற்ற பெண்கள்', 'மக்கள் மறந்த இன்பம்', 'கர்ப்பத் தடை', 'தமிழ்க் கனவு', 'புத்தக சாலை வேண்டும்', 'தமிழ்க் கல்வி' ஆகிய ஏழும் 1938ஆம் ஆண்டு வெளிவந்த புகழ்பெற்ற பாரதிதாசனின் முதல் கவிதைத் தொகுதியில் இடம்பெற்றன. 'புத்தக சாலை வேண்டும்' சம காலத்திலேயே சுயமரியாதை இயக்க *நகரதூதன்* இதழில் *மணிக்கொடி* இதழ்ப் பெயர் சுட்டப்பெற்று மறுவெளியீடு கண்டது. 'சக்திப் பாட்டு' முதல் தொகுதியின் நான்காம் பதிப்பில் (1944) இடம்பெற்றது. 'பாட்டின் சுவையறியும் பாக்கியம்', 'சங்கங்கள்' ஆகியன பாரதிதாசன் கவிதைகள் இரண்டாம் தொகுதியில் (1949) இடம்பெற்றன. பிற ஐந்தும் நெடுங்காலம் நூல் வடிவம் பெறாதிருந்து இரா. இளவரசு தொகுத்த பாவேந்தர் பாரதிதாசனின் பழம்புதுப் பாடல்கள் (2005) நூலில் இடம்பெற்றன.

மணிக்கொடியில் இடம்பெற்ற பாரதிதாசன் கவிதை களைப் பற்றி நவீன இலக்கிய எழுத்தாளர்களில் குறிப்பிடத் தக்கவராகிய கு.ப.ரா.,

> நான் முதன்முதலாகப் பாரதிதாஸன் அவர்களின் தனிப்பாடல்களைப் பழைய *மணிக்கொடி* வாரப் பதிப்பில் பார்த்தேன். அவைகளிலிருந்த வார்த்தை நயத்தையும், சொல் வேகத்தையும், தெளிவையும் உண்மையான கவிதை ஸாரத்தையும் கண்டு திகைப்பும் சந்தோஷமும் கொண்டேன். 'பாரதிக்குப் பிறகு தமிழ்நாட்டில் ஒரு உண்மையான கவி இருக்கிறார். அவரிடம் நாம் எது வேண்டுமானாலும் எதிர்பார்க்கலாம். நான் படித்த வரிகளை எழுதக்கூடிய ஒருவர் ஒருபோதும் மட்டமாக எழுத முடியாது' என்று சொல்லிக்கொண்டேன்
>
> (*மணிக்கொடி*, 15–6–1938)

எனப் பிற்கால *மணிக்கொடி* ஒன்றில் எழுதிய மதிப்புரையில் குறிப்பிட்டிருந்தார். *மணிக்கொடியில்* இடம்பெற்ற பாரதிதாசன் கவிதைகளின் சரியான மதிப்பீடாக இதனைக் கொள்ளலாம்.

ஆனாலும்கூட *மணிக்கொடியைச்* சிலாகித்துப் பேசுபவர் களில் பலரும் பாரதிதாசனின் தொடர்பைப் பேசாதது போலவே பாரதிதாசன் பற்றிப் பேசுபவர்கள் மட்டுமல்ல பாரதிதாசனேகூட ஏனோ *மணிக்கொடியில்* எழுதியமை பற்றிப் பதிவு செய்ததாகத் தெரியவில்லை. *மணிக்கொடியை* நவீனத் தமிழ் இலக்கிய வரலாற்றின் முக்கியமான கட்டமாகப் பேசத்

தொடங்கும் போக்கு அவர் வாழ்ந்த காலத்தில் அவ்வளவாகத் தோன்றவில்லை என்பதும் இத்தொடர்பில் எண்ணத்தக்கது.

~

மணிக்கொடியில் *24–9–1933* முதல் *16–9–1934* வரை அவ்வப்போது எழுதிவந்த பாரதிதாசன் *மணிக்கொடியிலிருந்து* வ.ரா. விலக்கப்பட்டதன்பின் அதிகமாக எழுதவில்லை. கதை *மணிக்கொடிக்* காலத்தில் *1–2–1938*இல் நிருவாகத்தால் பி.எஸ். ராமையா விலக்கப்பெற்ற தருணத்தில் 'தை' என்னும் கவிதையை எழுதியிருந்தார். இந்தக் கவிதை வெளிவந்த இதழில்தான் ந. பிச்சமூர்த்தியின் 'கொம்பும் கிணறும்' இடம் பெற்றிருந்தது. பாரதிதாசனின் மரபுக் கவிதையும் ந. பிச்சமூர்த்தியின் புதுக்கவிதையும் ஒருசேர இடம்பெற்ற வகையில் இந்த *மணிக்கொடி* இதழ் முக்கியத்துவம் உடையதாகின்றது. *மணிக்கொடியில்* இடம்பெற்ற வசனகவிதை / புதுக்கவிதை முயற்சிகளைப் பாரதிதாசன் அறிந்திருப்பார் என்பதை இதழோடு கொண்ட அவரது தொடர்பால் பொதுவாக அறியலாம் எனினும், அவரது கவிதை வெளிவந்த இதழால் கட்டாயம் புதுக்கவிதை முயற்சிகளை அறிந்திருந்தார் என்பதை உறுதிப்படுத்திக் கொள்ளலாம்.

'பாரதிதாஸன் கவிதைகள்' *(1938)* என்னும் முதல் தொகுதியால்தான் தமிழுலகம் பாரதிதாசனைப் பரவலாக அறியத்தொடங்கியது. அந்தத் தொகுதி வெளிவருவதற்கு முன்பே மறுமலர்ச்சித் தமிழ் இலக்கியத்தின் முன்னோடிகளான புதுமைப்பித்தன், ந. பிச்சமூர்த்தி, கு.ப.ரா., பி.எஸ். ராமையா, சி.சு. செல்லப்பா முதலியவர்கள் பாரதிதாசனை நன்கு அறிந்திருந்தனர்; பாரதிதாசன் கவிதைகளின்பால் ஈடுபாடு கொண்டிருந்தனர். மறுமலர்ச்சி இலக்கிய முன்னோடிகளெல்லாம் அறிந்திருக்கக் காரணமாக, ஈடுபாடு கொள்ளக் காரணமாக அமைந்தது, மறுமலர்ச்சி இலக்கிய வரலாற்றிற்குத் தோரணவாயில் அமைத்த *மணிக்கொடிதான்.*

~

தமிழின் முதல் புதுக்கவிதை எனப்படும் ந. பிச்சமூர்த்தியின் 'பிரிவில் தோன்றும் பேரின்பம் – குரலில் ஒலிக்கும் காதல்' *மணிக்கொடியில்* முகப்புக் கவிதையாகவே வெளிவந்தது. ந. பிச்சமூர்த்தியின் எட்டுக் கவிதைகள் *மணிக்கொடியில்* வெளிவந்துள்ளன. இவற்றுள் ஐந்து புதுக்கவிதை அமைப்பின. 'வாய் நிறைந்த வாழ்த்து', 'பிரார்த்தனை', 'அக்கா குருவி' ஆகிய மூன்றும் மரபு அமைப்பின. கு.ப.ரா.வின் ஏழு கவிதைகள் *மணிக்கொடியில்*

வெளிவந்துள்ளன. இவற்றுள் 'ராக்கி நெனப்பு' மட்டும் நாட்டார் பாடல் – பேச்சு வழக்கு அமைப்பைக் கொண்டது. பிற கவிதைகள் புதுக்கவிதை அமைப்பின. இதழ் முகப்புக் கவிதையாகவே 'கருவளையும் கையும்' கவிதையின் முதல் பகுதி வெளிவந்தது. புதுக்கவிதையின் வரலாறு பேசும் நூல்களில் இவ்விருவரின் கவிதைகள் பற்றிக் குறிப்பிடப்பெறும் செய்திகள் துல்லியமற்றே உள்ளன.

புதுக்கவிதை வரலாற்றில் கு.ப.ராஜகோபாலனின் கவிதை களுக்குத் தனியான – முக்கியமான – ஒரு இடம் உண்டு. அவர் வசன கவிதைகள்தான் எழுதினார். அதிகமாகவும் எழுதிவிடவில்லை. *மணிக்கொடி* நாட்களில் 24 கவிதைகள், 'கலா மோகினி'யில் 5 கவிதைகள். இவ்வளவே – நான் அறிந்தவரை – அச்சில் வந்தவை.

('புதுக்கவிதையின் தோற்றமும் வளர்ச்சியும்', ப. 46)

என வல்லிக்கண்ணன் கு.ப.ரா.வின் *மணிக்கொடிக்* கவிதை களைப் பற்றிப் பேசியிருப்பார். 24 கவிதைகள் என்பது சரியன்று. இத்தகு பதிவுகள், *மணிக்கொடிக்* கவிதைகள் பற்றிய செய்திகள் சமகாலத்தவர்களால் நினைவுகூரப்படுகையிலேயே துல்லியமாக அமையவில்லை என்பதை உணர்த்துகின்றன. மணிக்கொடிக் கவிதைகள் முழுமைநிலையில் ஆவணமாக்கப் பெறாமையே இந்நிலைக்குக் காரணம்.

~

பாரதிதாசன், ந. பிச்சமூர்த்தி, கு.ப.ரா. ஆகியோரின் கவிதைகள் மட்டுமல்லாமல் *மணிக்கொடியில்* வெளிவந்த பிற கவிதைகளும் சமகால இலக்கிய உலகத்தில் கூர்ந்து நோக்கப்பட்டு வந்திருக்கின்றன. வத்தலக்குண்டு எஸ். கோவிந்தையங்கார் என்பவர் 'என் காதல்' என்னும் தலைப்பில் *11-3-1934* இதழில் எழுதியிருந்தார். இது கலித்தொகையின் புகழ்பெற்ற 'சுடர்தொடீஇ கேளாய்' எனத் தொடங்கும் கவிதையை இக்காலக் கவிநடையில் மாற்றி எழுதியதாகும். இந்த மறு ஆக்கக் கவிதை சிறப்பாகவே அமைந்திருந்த போதிலும் மாற்றி எழுதப்பட்ட கவிதை என்னும் குறிப்பின்றியே இதழில் வெளிவந்திருந்தது. சமகாலத்தின் முக்கிய இலக்கிய கர்த்தாக்களுள் ஒருவரான நாரண துரைக்கண்ணன் *மணிக் கொடியின்* ஆசிரியர் வ.ரா.விற்கு மடல் எழுதி அவ்வாறு கவிதை வெளிவந்திருந்தது 'இலக்கிய மாரீசத்தனம்' எனக் கடுமையாகச் சாடியிருந்தாராம் (இராம. குருநாதன், ஜீவா-நாரண துரைக்கண்ணன், ப. 36).

~

மணிக்கொடிக் கவிதைகள் தமிழ், பாரதி, இந்திய விடுதலை, சமூக மேம்பாடு, சமகால நிகழ்வுகள், காதல், உள்ளார்ந்த தேடல், தத்துவம் முதலிய பல நிலைகளில் காட்சி தருகின்றன. *மணிக்கொடியின்* முதன்மை நோக்கங்களுள் ஒன்று இந்திய விடுதலை. எனினும் இந்திய விடுதலைப் போராட்டத்தை மையமிட்ட கவிதைகள் பேரிடத்தைப் பெற வில்லை. பாரதிதாசனின் கவிதைகள் ஒரு போக்கின எனின் ந. பிச்சமூர்த்தியின் கவிதைகள் இன்னொரு போக்கின; கு.ப.ரா.வின் கவிதைகள் பிறிதொரு போக்கின; பிற கவிதை களினும் பல நிலைகள் உண்டு; பல போக்குகள் உண்டு. *மணிக்கொடிக்* கவிதைகள் ஒற்றைப் பரிமாணத்தை உடையன அல்ல. ஒருமுறை *மணிக்கொடியின்* சிறுகதைகள் பற்றிப் பேசும்போது, ந. பிச்சமூர்த்தி

> பே. *மணிக்கொடி* கோஷ்டி என்று ஒன்று . . .
>
> ந.பி. கிடையாது.
>
> பே. பின் ஏன் அப்பெயரை அடிக்கடி பிரஸ்தாபிக் கிறார்கள்?
>
> ந.பி. பொதுவான போக்கு இருந்ததைக் கொண்டு ஏதோ கோஷ்டியாக இருந்தது போலத் தவறுதலாய்ப் பேசிவருகிறார்கள். புதுமைப்பித்தனுக்கும் கு.ப.ரா.வுக்கும் எனக்கும் எந்த விதத்தில் ஒற்றுமை இருக்கிறது?
>
> (*எழுத்து*, செப்டம்பர் 1960, ப. 210 – 212, 230 – 233)

எனக் குறிப்பிட்டிருப்பார். கு.ப.ரா.வும்

> . . . [*மணிக்கொடி*] மனப்பான்மை தீவிரப் போக்குடையது. இதற்குள்ளேயே பல போக்குகள் இருக்கின்றன. உதாரண மாக வ.ரா. ஒரு போக்கு; பிச்சமூர்த்தி ஒரு போக்கு; 'புதுமைப்பித்தன்' என்ற விருத்தாசலம் ஒரு போக்கு.
>
> ('கு.ப.ரா. கட்டுரைகள்', ப. 477)

என்று எழுதியிருப்பார். *மணிக்கொடிச்* சிறுகதைகளுக்குள் பல போக்குகள் உள்ளன என ந. பிச்சமூர்த்தியும் கு.ப.ரா.வும் குறிப்பிட்டுள்ளதை *மணிக்கொடிக்* கவிதைகளுக்கும் பொருத்திக்கொள்ளலாம். கவிதைப் பொருண்மை நிலையில் மட்டுமல்லாமல் அமைப்பு நிலையிலும் மரபுக் கவிதைகளும் புதுக்கவிதைகளும் *மணிக்கொடியில்* காட்சிதருகின்றன. மரபுக் கவிதைகளே மிகுதியாக உள்ளன என்றுகூடச் சொல்லலாம்.

~

மணிக்கொடியில் இடம்பெற்ற பாரதிதாசன் கவிதைகள் அவருடைய கவிதைத் தொகுதிகளில் வெவ்வேறு காலக்கட்டங்களில் இடம்பெற்றன. ந. பிச்சமூர்த்தி, கு.ப.ரா. ஆகியோரின் கவிதைகளும் அவ்வாறே அவர்தம் தொகுப்புகளுள் இடம் பெற்றுள்ளன. எனினும் *மணிக்கொடியில்* வெளிவந்த கவிதைகளின் வடிவத்திற்கும் தொகுதிகளில் இடம்பெற்ற கவிதைகளின் வடிவத்திற்கும் இடையே சில குறிப்பிடத்தக்க மாற்றங்கள் காணப்படுகின்றன. பாடவேறுபாடுகளாக அவை அமைந்துள்ளன. தலைப்புகளிலும் மாற்றங்கள் நேர்ந்துள்ளன. பாடலுக்கு முந்தைய குறிப்புகள் சில விடுபட்டுள்ளன.

சான்றாக மூவரின் ஒவ்வொரு கவிதைப் பகுதியையும் காணலாம்.

மணிக்கொடி:

தமிழ்எங்கள் இளமைக்குப் பால், இன்பத்
தமிழ்தெய்வத் தமிழ்இங்கு புலவர்க்கு வேல். (இன்பத் தமிழ்)

பாரதிதாசன் கவிதைகள்:

தமிழ்எங்கள் இளமைக்குப் பால், இன்பத்
தமிழ்நல்ல புகழ்மிக்க புலவர்க்கு வேல்.

~

மணிக்கொடி:

தமிழ்எங்கள் பிறவிக்குத் தாய், இன்பத்
தமிழ்எங்கள் அருள்சக்தி உளமுற்ற தீ. (இன்பத் தமிழ்)

பாரதிதாசன் கவிதைகள்:

தமிழ்எங்கள் பிறவிக்குத் தாய், இன்பத்
தமிழ்எங்கள் வலமிக்க உளமுற்ற தீ.

~

மணிக்கொடி:

விட்டிலின் உடல் சாம்பலாகி விட்டது.
அதன் முயற்சி என் பாட்டாகி விட்டது.
விட்டிலா மாய்வதற்கு உதாரணம்? . . . (தீக்குளி)

பிச்சமூர்த்தி கவிதைகள் – ஒரு வரி விடுபாடு:

விட்டிலின் உடல் சாம்பலாகி விட்டது.
விட்டிலா மாய்வதற்கு உதாரணம்?

~

மணிக்கொடி:

இறக்கையும் நெஞ்சும் விரிய வேண்டாமா ?
கிளியே! கூடு ஜயிலல்ல . . . (கிளிக்குஞ்சு)

பிச்சமூர்த்தி கவிதைகள்:

இறகும் நெஞ்சும் விரிய வேண்டாமா ?
கிளியே! கூடு சிறையல்ல . . .

~

மணிக்கொடி:

வெளியும் ஒளியும் நுழையும் இடுக்கு; (கிளிக்குஞ்சு)

பிச்சமூர்த்தி கவிதைகள்:

வெளியும் ஒளியும் நுழையும் பலகணி,

~

மணிக்கொடி:

வேதாந்தத்தின் வாக்கிய வீர்யத்தை மீறிய
ஓர் கர்ம யோகத்தைக் கற்பித்து நடத்தினாய்!
(புத்த பகவான்)

சிறிது வெளிச்சம்; கு.ப.ரா. படைப்புகள் –
ஒரு வரி கூடுதல்:

வேதாந்தத்தின் வாக்வீர்யத்தை மீறிய
ஓர் கர்ம யோகத்தைக் கற்பித்து நடத்தினாய்,
புத்த, நீ, பகவான்.

இவ்வாறு பல இடங்களில் மாற்றங்களும் சேர்க்கைகளும் விடுபாடுகளும் உள்ளன. இவற்றுள் படைப்பாளிகள் செய்த மாற்றங்களுமுண்டு; பதிப்பித்தோர் செய்தவையுமுண்டு. எதிர் காலத்தில் இம்மூன்று முதன்மையான படைப்பாளிகளின் கவிதைகளுக்கும் செம்பதிப்பு உருவாக்கப்படும்பொழுது இவற்றையெல்லாம் கருத்தில்கொண்டு நம்பகமான பாடங் களுடன் முக்கியமான மாற்றங்களைச் சுட்டிப் பதிப்புகள் வெளிவர வேண்டும்.

~

*மணிக்கொடி*க்கென நேரடியாக எழுதப்பட்ட கவிதைகள் ஒருபுறமிருக்க, *மணிக்கொடி* இதழாளர்கள் தங்கள் ஈடுபாட் டால் பாரதி, பாரதிதாசன், கவிமணி ஆகியோரின் கவிதைகளை முழுமைநிலையிலும் பகுதிநிலையிலும் மீண்டும் எடுத்து அவ்வப்போது வெளியிட்டதையும் *மணிக்கொடி*யில் காண முடிகிறது. நூல்வடிவம் பெறாத பாரதியின் கவிதையை

உரிய குறிப்போடு எடுத்து வெளியிட்ட முயற்சியும் உள்ளது. பாரதியின் ‘கவிதாதேவி அருள்வேண்டல்’ வ.ரா.வின் *சுதந்திரன்* இதழிலிருந்து மிகுந்த சிதைவுகளோடு, பிழைகளோடு ‘நூல் வடிவம் பெறாக் கவிதை’ என்னும் குறிப்போடு *மணிக்கொடியில்* இடம்பெற்றது. பின்னர் இக்கவிதை முழுவடிவில் பாரதியார் கவிதை நூல்களில் இடம்பெற்று விட்டது. ‘பிள்ளைப் பிராயத்திலே’ (மூன்று காதல்), ‘பத்து பனிரண்டு’ (காணி நிலம்), ‘தாயின் *மணிக்கொடி* பாரீர்’ (மாதாவின் துவஜம்), ‘கடலின் மீது கதிர்களை’ (ஞாயிறு: ஸூர்ய ஸ்துதி), ‘எங்கிருந்து வருகுவதோ’ (வேய்ங்குழல்), ‘ஆயிரத் தெழுநூற் றைம்பத் தாறு’ (குருகோவிந்த ஸிம்ஹ விஜயம்), ‘பல்லினைக் காட்டி’ (வேலன் பாட்டு) எனத் தொடங்கும் கவிதைகள் முழுமையாகவும் பகுதிநிலையிலும் *மணிக்கொடியில்* பாரதியைப் போற்றும் வகையிலும் அட்டைப்பட விளக்கமாகவும் மீண்டும் வெளியிடப்பட்டன. கவிமணியின் ‘பாட்டுக் கொருபுலவன்’, ‘குயிலும் கிளியும் பாட்டில்’, ‘வெய்யிற் கேற்ற நிழலுண்டு’ எனத் தொடங்கும் பாடல் பகுதிகள் படவிளக்கம் முதலிய நிலைகளில் மீண்டும் வெளியிடப்பட்டன. (அவை இத் தொகுப்பில் இடம்பெறவில்லை.)

இந்நூலில் இடம்பெற்ற பாரதிதாசனின் ‘கவிதைக் காதலி (தமிழ்க் காதல்)’ அவ்வாறு எடுத்து வெளியிடப்பெற்ற கவிதையே. இக்கவிதை முதலில் *சுதந்திரச் சங்கு* இதழில் இடம்பெற்றது.

~

மணிக்கொடியின் இதழ் முகப்பில் அவ்வப்போது கருத்துப் படங்கள் இடம்பெறுவதுண்டு. அவ்வாறு இடம்பெற்ற கருத்துப் படங்களின் கீழ் இருமுறை இருகவிதைகள் பழம்பாடலைப் போலிமை செய்து அளிப்பன போலப் படைக்கப்பட்டுள்ளன. இவ்விரு பாடல்களையும் படைத்தவர் பெயர் இதழ்களில் இடம்பெறவில்லை.

~

இத்தொகுதியின் தொகுப்பு, பதிப்பு முறைகள் பற்றிச் சிலவற்றைச் சுட்டுதல் வேண்டும். *மணிக்கொடியில்* இடம்பெற்ற கவிதைகள் அனைத்தும் காலநிரலில் பதிப்பிக்கப்பட்டுள்ளன. இதழில் பாரதிதாசன் கவிதைகள் இடம்பெறுகையில் கவிஞரின் பெயர் ‘பாரதிதாஸன்’, ‘க.சு. பாரதிதாஸன்’, ‘பாரதிதாசன்’ ஆகிய வடிவங்களில் வெவ்வேறு நிலைகளில் இடம்பெற்றிருந்தன. இத்தொகுதியில் அவை ‘பாரதிதாசன்’ என்னும் வடிவப்பெயரின் கீழ் இடம்பெற்றுள்ளன. ‘நாமக்கல் ராமலிங்கம் பிள்ளை’, ‘நாமக்கல் ஶ்ரீ.வெ. ராமலிங்கம்’

என்னும் பெயர் வடிவங்களில் இடம்பெற்ற கவிதைகள் 'நாமக்கல் ராமலிங்கம்' என்னும் பெயரின் கீழ் இடம்பெற் றுள்ளன. 'மேலநத்தம் ரா.மீ. சுந்தரம்', 'மே.றா.மீ. சுந்தரம்', 'ரா.மீ. சுந்தரம்' என்னும் பெயர் வடிவங்களில் இடம்பெற்ற கவிதைகள் 'மே.ரா.மீ. சுந்தரம்' என்னும் ஆசிரியர் பெயரின் கீழ் இடம்பெற்றுள்ளன. கல்கியின் வாழ்க்கை வரலாற்றை எழுதிய 'சுந்தா'வே இவர். கவிதைகளுக்கு முன்னரும் பின்னரும் இதழில் இடம்பெற்றிருந்த உரைநடைக் குறிப்புகள் அவ்வாறே இடம்பெற்றுள்ளன. சில கவிதைகள் *மணிக்கொடியில்* இடம்பெறுகையில் *சுதந்திரச் சங்கு* முதலிய இதழிலிருந்து மறுபிரசுரம் செய்யப்பட்டிருந்தன. அதனை உணர்த்தும்வண்ணம் *சுதந்திரச் சங்கு* முதலிய இதழ்ப் பெயர்கள் பாடலின் அடியில் சுட்டப்பட்டிருந்தன. அக்குறிப்புகள் அவ்வாறே இத்தொகுதியிலும் குறிப்பிடப்பட்டுள்ளன. *மணிக்கொடிக்* கவிதைகளுள் ச.து.சு. யோகியார் பெயரில் ஒரு கவிதை வெளிவந்துள்ளது. 'காளிதாசன்' என்னும் பெயரில் ஒரு கவிதை வெளிவந்துள்ளது. ச.து.சு. யோகியாரின் புனைபெயராகக் காளிதாசன் அமைகின்றபோதிலும், இரு கவிதைகளையும் எழுதியவர் ஒருவரா என்பதை உறுதிப்படுத்த இயலாததால் தனித்தனி இடங்களில் அவை வைக்கப்பட்டுள்ளன. 'ஸ்ரீவை. ரா.வெ.', 'ரா.வெ.' என்னும் சுருக்க எழுத்துகளில் கவிதை படைத்தோர் ஒருவரா வேறானவரா என்பது எண்ணுதற்குரியது. 'ஜாதி பேதமற்றோன்', 'சமூகப்பித்தன்', 'தராபதி' ஆகிய புனைபெயர்களில் கவிதை படைத்தவர்தம் இயற்பெயர் புலப்படவில்லை. ஒரு கவிதையை மட்டும் படைத்தோருள் ஒருவராக இடம்பெறும் பெ.கொ. சுந்தரராஜன், 'சிட்டி' ஆவார். 'கூத்தன்' என்னும் பெயரில் மொழிபெயர்த்தவர் 'புதுமைப்பித்தன்'.

நூல் வடிவம் பெறாத பாடல் எனக் குறிக்கப்பெற்று *மணிக்கொடியில்* இடம்பெற்ற பாரதி கவிதை, மொழிபெயர்ப்புக் கவிதைகள், முகப்புப் படங்களின் கீழ் இடம்பெற்ற கவிதைகள் ஆகியன பிற்சேர்க்கைகளாக இந்நூலில் இடம்பெறுகின்றன.

~

மணிக்கொடியில் இடம்பெற்ற பாரதிதாசன், ந. பிச்சமூர்த்தி, கு.ப.ரா. ஆகியோரின் கவிதைகளைப் பற்றி முதலில் குறிப்பிட்டுச் சென்றவர் பி.எஸ். ராமையா. *மணிக்கொடிக்* காலத்தை விவரிக்கும் அவரது வரலாற்று நூல் *மணிக்கொடிக்* கவிதை உலகத்தை ஓரளவுக்கு முதலில் காட்சிப்படுத்தியது. *மணிக்கொடிக்* கவிதைக் களத்தில் முன்னோடி ஆய்வை

நிகழ்த்தியவர் பேராசிரியர் உமா மகேஸ்வரி. 'கவிதை வளர்த்த மணிக்கொடி' என்னும் அவர்தம் ஆய்வுநூல் குறிப்பிடத்தக்கது. அந்நூல் மணிக்கொடிக் கவிதைகளுக்கான அடைவினையும் வழங்கியுள்ளது. எனினும் அதில் துல்லியம் பெறவேண்டியனவாகப் பல உள. விடுபாடுகளும் உண்டு. இம்முந்து முயற்சிகள் தரும் விவரங்களைப் பலமடங்கு செழுமைப்படுத்திய நிலையில், முழுமையை நோக்கிய நிலையில், துல்லியமும் நம்பகத்தன்மையும் சிறக்கும்வண்ணம் இத்தொகுதி முதன்முறையாக உருப்பெற்றுள்ளது.

~

நவீனத் தமிழிலக்கியத்தின் வரலாற்று முக்கியத்துவம் வாய்ந்த இதழாக மணிக்கொடி இருப்பினும், மணிக்கொடி இதழ்கள் அனைத்தையும் ஒருசேரக் கண்ணுறுவது என்பது எளிதாக அமைவதில்லை.

மணிக்கொடி பற்றிய பிரதான ஆய்வுச் சான்று மணிக் கொடிப் பிரதிகளே. மணிக்கொடியோடு சம்பந்தப் பட்டவர்கள், அதன் மிக நெருங்கிய ஆர்வலர்களாகவிருந் தோர்கள் போன்றோரைத் தவிர்த்து மற்றையோர்களிடத்தே மணிக்கொடிப் பிரதிகளைக் காண்பது அரிது. மணிக்கொடி பிரதிகள் யாவற்றையும் வைத்திருக்கும் நூல்நிலையங் களும் மிக மிகக் குறைவே.

('நவீனத்துவம் – தமிழ் – பின்நவீனத்துவம்', ப. 131)

என முனைவன் *மணிக்கொடி* பொன்விழா மலரில் (1984) கா. சிவத்தம்பி குறிப்பிட்டிருப்பார். இன்று சில வளர்ச்சிநிலைகள் ஏற்பட்டிருக்கின்றன. எனினும் இத்தொகுப்புமுயற்சி பல்லாண்டுகள் முன் மேற்கொள்ளப்பட்டது. மணிக்கொடியை முழுமையாகக் காண்பதில் பல முயற்சிகள் தேவைப்பட்டன. பல காலங்களாகப் பலரிடத்திலும் பல நிறுவனங்களிலும் இடம்பெற்ற மணிக்கொடி இதழ்களிலிருந்து கவிதைகளைத் திரட்டும் பணியை அவ்வப்போது மேற்கொண்டு வந்தேன். ரோஜா முத்தையா ஆராய்ச்சி நூலகம், பேராசிரியர் வீ. அரசு அவர்களின் சேகரிப்பு, உ.வே. சாமிநாதையர் நூலகம், தமிழ்நாடு ஆவணக் காப்பக நூலகம், பேராசிரியர் ஆ.இரா. வேங்கடாசலபதியின் சேமிப்பு முதலியவற்றைப் பயன்படுத்திப் பலகாலமாகக் கவிதைகளைத் திரட்டி வந்துள் ளேன். பயன்கொள்ள வழங்கிய அன்பு நெஞ்சங்களுக்கு நன்றியை உரித்தாக்கி மகிழ்கின்றேன்.

என்னுடைய அன்பிற்கினிய மாணவர்கள் கு. கலை வாணன், கு.சு. செந்தில், க. சசி, ச. உமாதேவி, கு. முதற் பாவலர், ஜெ. இராதாகிருஷ்ணன், செ. வீரபாண்டியன், து. ரஞ்சனி, ம.அ. மணிமேகலை, கா. லாரன்ஸ், சி. முருகன், ஏ. கவிதா முதலியோர் இந்நூற் பணியில் ஒவ்வொரு நிலை யில் உறுதுணையாகச் செயல்பட்டுள்ளனர். இவர்களுக்கு என் அன்பையும் வாழ்த்துகளையும் பதிவு செய்கிறேன்.

இந்தத் தொகுப்புநூல் வடிவம்பெறுகையில் பார்வையிட்டு வளப்படுத்திய, *மணிக்கொடிக் களத்தில்* முன்னோடியாக ஆய்வுப் பணி செய்தவர்களுள் குறிப்பிடத்தக்கவராகிய பேராசிரியர் ஆ.இரா. வேங்கடாசலபதி, *காலச்சுவடு* வெளியீடாகக் கொணரும் திரு. கண்ணன் ஆகியோருக்கு என் அன்பைப் பதிவுசெய்கிறேன். நூலாக்கப் பணிகளில் உறுதுணையாகச் செயல்பட்ட காலச்சுவடு கலா, சுபா ஆகியோருக்கும் அன்பை உரித்தாக்குகின்றேன்.

~

புதுக்கவிதைகளின் வலுவான தொடக்கத்தை *எழுத்து* இதழில் இடம்பெற்ற கவிதைகள் காட்டும். அக்கவிதைகள் 'புதுக் குரல்கள்' என்னும் பெயரில் வடிவம் பெற்றுத் தமிழ்க்கவிதை வரலாற்றில் தனித்து நோக்கத்தக்கனவாய் அமைந்தன. மணிக்கொடியில் இடம்பெற்ற கவிதைகள் எழுத்துக் காலக்கட்டத்திற்கு முந்தைய கவிதைப் போக்கின் ஒருநிலையைக் காட்டுகின்றன. அவற்றை உணர வாய்ப்பாக இப்பொழுது அவை ஒரு தொகுதியாக வடிவம் பெற்றுள்ளன. அதற்கும் முந்தைய *சுதேசமித்திரன்* இதழில் வெளிவந்த பாரதியின் கவிதைகளும் பிற கவிதைகளும் இருபதாம் நூற்றாண்டுக் கவிதை வரலாற்றின் தொடக்கக்கட்டத்தைத் துலக்கிக் காட்டுவன. அவையும் விரைவில் ஒரு தொகுதியாக வடிவம் பெற இருக்கின்றன. இவ்வாறு இதழ்ப் பின்புலத்தில் கவிதைகளை நோக்குவது தமிழ்க் கவிதை வரலாற்றின், வளர்ச்சியின் சூழல்களையும் நிலைகளையும் கூடுதலாகப் புரிந்துகொள்ள உறுதுணையாகும். அவ்வகையில் இத்தொகுதி இலக்கிய உலகிற்கும் திறனாய்வுலகிற்கும் பயன்படும்.

சென்னை   ய. மணிகண்டன்
29.4.2016

~~~

பாரதிதாசன்

1. இன்பத் தமிழ்

நோட்.] [ஏகதாளம்

தமிழுக்கும் அமுதென்று பேர், அந்தத்
தமிழ்இன்பத் தமிழ்எங்கள் உயிருக்கு நேர்!
தமிழுக்கு நிலவென்று பேர், இன்பத்
தமிழ்எங்கள் சமுகத்தின் விளைவுக்கு நீர்.
தமிழுக்கு மணமென்று பேர், இன்பத்
தமிழ்எங்கள் வாழ்வுக்கு நிருமித்த ஊர்.
தமிழுக்கு மதுவென்று பேர், இன்பத்
தமிழ்எங்கள் உரிமைக்கண் தொடர்புக்கு வேர்.

தமிழ்எங்கள் இளமைக்குப் பால், இன்பத்
தமிழ்தெய்வத் தமிழ்இங்கு புலவர்க்கு வேல்.
தமிழ்எங்கள் உயர்வுக்கு வான், இன்பத்
தமிழ்எங்கள் அசதிக்குச் சுடர்தந்த தேன்.
தமிழ்எங்கள் அறிவுக்குத் தோள், இன்பத்
தமிழ்எங்கள் கவிதைக்கு வயிரத்தின் வாள்.
தமிழ்எங்கள் பிறவிக்குத் தாய், இன்பத்
தமிழ்எங்கள் அருள்சக்தி உளமுற்ற தீ.

24.9.1933

~~~

2. 'வளர்ந்ததிங்கொரு தீ'

அன்னையின் அருள் பெருக்கு

ஆண்ட நாட்கள் பலயுகம் மனமே! – நாம்
அடிமைப் பட்டது சிலசில நிமிஷம்
மாண்பினி லுயர் பாரத மக்கள்
வடுப்பெறுமுன் பகைவர் ஓட
வளர்ந்த திங்கொரு தீ! – இன்று
வளர்ந்த திங்கொரு தீ!
~~~

தூண்டுவது போய்ப் பாரத மெங்கும் – அவள்
சொரிந்திடும் விழிக் கருணையின் ஊற்று
தாண்டிடும் பகை தலை குனிந்திடச்
சகத்தினி லெங்கள் நிலை யுயர்ந்திடத்
தாவு திங்கொரு தீ! – இன்று
தாவு திங்கொரு தீ!

இருந்தது புயம்; எழுந்தது குன்றம் – இதை
இடர்நினைவார்க் கோதுக மனமே!
பெரும்பெரும் செயல் புரிக என்றாள்
பெயர்ந்தன தோள்போய் நசுங்கிடப்
புரிந்த திங்கொரு தீ! – இவை
புரிந்த திங்கொரு தீ!

பெரும் புவிக்கிடை மறம்புகப் பாரோம் – அவள்
பேச்சினை எங்கள் மூச்செனக் காப்போம்
சரம் சரமென அமுதம் பொழியும்
சக்தி என்பதோர் இன்ப ஊற்றில்
விரிந்த திங்கொரு தீ! – மனமே!
விரிந்த திங்கொரு தீ!

சக்தி யின்னருள் நமக்கமு தளித்தாள் – மனமே!
தருமம் கொன்றவர்க் கதுபெருந்தீ! தீ!!
தொத்தும் வறுமை பகையும் கருவில்
தொலைந்திட அறம் விடுதலை பெறத்
தொடர்ந்த திங்கொரு தீ! – மனமே
தொடர்ந்த திங்கொரு தீ!

தடுப்பது துகள் தகிப்பது வாய்மை – நாம்
சகத்தைக் காக்கும் சக்தியின் கூட்டம்
விடுக்கு மொழியில் விடுதலைக் குரல்
விருப்ப மனைத்தும் அமர வாழ்வில்
கொடுக்கு திங்கொரு தீ! – மனமே
கொடுக்கு திங்கொரு தீ!

இடுக்கிட முதல் எங்கணும் காதல் – உயிர்
யாவு மிதோ விடுதலை மீதில்!
பிடித்தது நாம் அவள் மலர்த்தாள்
பெய்ததங்கே தண்ணருள்காண்
பகைக்கது பெருந் தீ! – மனமே
பகைக்கது பெருந் தீ!

15.10.1933

~~~
~~~

3. எழுச்சியுற்ற பெண்கள்

பிள்ளையின் சேஷ்டையும் பெண்ணின் சீற்றமும் ஓச்சிய வாளில் புகட்டிய புத்தி

மேற்றிசையில் வானத்தில் பொன்னு ருக்கு
வெள்ளத்தில் செம்பரிதி மிதக்கும் நேரம்!
வேற்கண்ணி யாள்ஒருத்தி சோலை தன்னில்
விளையாட நின்றிருந்தாள் மயிலைப் போலே,
காற்றடித்த சோலையிலே நேரம் பார்த்துக்
கனியடித்துக் கொண்டுசெலும் செல்வப் பிள்ளை
ஆற்றுவெள்ளம் போலாசை வெள்ளம் தூண்ட
அவளிடத்தே சிலசொன்னான் பின்னும் சொல்வான்.

விரிந்தவொரு வானத்தின் ஒளிவெள் ளத்தை
விரைந்துவந்து கருமேகம் விழுங்கக் கூடும்
இருந்தவெயில் இருளாகும் ஒருக ணத்தில்!
இதுஅதுவாய் மாறிவிடும் மறுக ணத்தில்.
தெரிந்ததுதான்! ஆனாலும் ஒன்றே ஒன்று!
தெளிந்தஓர் உள்ளத்தில் எழுந்த காதல்
பருந்துவந்து கொத்துமென்றும் தணிவ தில்லை
படைதிரண்டு வந்தாலும் சலிப்ப தில்லை

கன்னத்தில் ஒருமுத்தம் வைப்பாய் பெண்ணே
கருதுவதிற் பயனில்லை தனியாய் நின்று
மின்னிவிட்டாய் என்மனத்தில்! பொன்னாய்ப் பூவாய்
விளைந்துவிட்டாய் கண்ணெதிரில்! என்று சொன்னான்
கன்னிஒரு வார்த்தைஎன்றாள். என்ன வென்றான்.
கல்வியற்ற மனிதனைநான் மதியேன் என்றாள்
பன்னூற்பண் டிதனென்று தன்னைச் சொன்னான்.
பழச்சுளையின் வாய்திறந்து சிரித்துச் சொல்வாள்:

பெருங்கல்விப் பண்டிதனே உனக்கோர் கேள்வி!
பெண்களுக்குச் சுதந்தரந்தான் உண்டோ என்றாள்.
தரும்போது கொள்வதுதான் தருமம் என்றான்.
தராவிடில்நான் மேற்கொண்டால் என்ன என்றாள்
திருமணமா காதவள்தன் பெற்றோ ரின்றிச்
செயல்ஒன்று தான்செய்தல் அதர்மம் என்றான்.
மருவஅழைக் கின்றாயே நானும் என்றன்
மாதாபி தாஇன்றி விடைசொல் வேனோ!

என்றுரைத்தாள் இதுகேட்டுச் செல்வப் பிள்ளை
என்னேடி இதுஉனக்குத் தெரிய வில்லை
மன்றல்செயும் விஷயத்தில் ஒன்றில் மட்டும்
மனம்போலே நடக்கலாம் பெண்கள் என்றான்.
என்மனது வேறொருவன் இடத்தி லென்றாள்;
இவனிட்ட பீடிகையைப் பறக்கச் செய்தாள்!
உன்நலத்தை இழக்கின்றாய் வலிய நானே
உனக்களிப்பேன் இன்பமென நெருங்க லானான்!

அருகவளும் நெருங்கிவந்தாள் தன்மேல் வைத்த
ஆர்வந்தான் எனநினைந்தான்! இமைக்கு முன்னே
ஒருகையில் உடைவாளும் இடது கையில்
ஓடிப்போ என்னுமொரு குறிப்பு மாகப்
புருவத்தை மேலேற்றி விழித்துச் சொல்வாள்:
புனிதத்தால் என்காதல் பிறன்மேல் என்று
பரிந்துரைத்தேன்! மேற்சென்றாய்! தெளிந்த காதல்
படைதிரண்டு வந்தாலும் சலியா தென்றாள்

ஓடினான் ஓடினான் செல்வப் பிள்ளை
ஓடிவந்து மூச்சுவிட்டான் என்னி டத்தில்
கூடிஇரு நூறுபுலி எதிர்த்த துண்டோ?
கொலையாளி இடமிருந்து மீண்ட துண்டோ?
ஓடிவந்த காரணத்தைக் கேட்டேன். அன்னோன்
உரைத்துவிட்டான் நானவற்றைக் கேட்டு விட்டேன்
கோடிஉள்ளம் வேண்டுமிந்த மகிழ்ச்சி தாங்கக்
குலுங்கநகைத் தேஉரைத்தேன் அவனி டத்தில்:

செல்வப்பிள் ளாய்!இன்று புவியின் பெண்கள்
சிறுநிலையில் இருக்கவில்லை. விழித்துக் கொண்டார்
கொல்லவந்த வாளைநீ குறைசொல் லாதே!
கொடுவாள்போல் மற்றொருவாள் உன்பெண் டாட்டி
மெல்லிடையில் நீகாணாக் கார ணத்தால்,
விளையாட நினைத்துவிட்டாய் ஊர்ப்பெண் கள்மேல்.
பொல்லாத மானிடனே, மனச்சான் றுக்குள்
புகுந்துகொள்வாய்! நிற்காதே! என்றேன். சென்றான்!

19.11.1933

~~~
~~~

4. மக்கள் மறந்த இன்பம்

அணிலும் சிட்டும் காட்டும் மதி

'மிஞ்சிய சோகம் – மிதமிஞ்சிய அச்சம்'

'மானிடச் சாதிக்கு வாய்த்த நிலை இதுவோ?'

சின்னச் சின்னச் சிறுமொழிகள்
பின்னிப் பின்னிப் புரளும் பெருநடை
மின்னி மின்னி ஜொலிக்கும் கருத்துக்கள்
இவைகள் கொண்டது 'பாரதிதாஸன்' பாட்டு

காதில் இனிக்கும் ஒலியில், கண்ணில் காணும் உவமையில், கருத்தில் தவழும் உணர்ச்சிகளைச் சித்திரிக்கிறார்.

வாழ்வின் பெரும் பயனில் ஒன்று இன்பம். இதை மக்கள் எவ்வாறு மாசுபடுத்தி விட்டனர்! "சிட்டைப் பார்; அணிலைப் பார்; வானைப் பார்; முல்லையைப் பார். இயற்கை வாழ்வில் இன்பத்திற்கு என்ன உன்னதம், என்ன எழில்பார்;" என்று இடித்துரைக்கிறார்.

மனக் குருடு, மனச் செவிடு இல்லாதவர்களுக்குத் தெரியும், கேட்கும்.

சிட்டு

தென்னை மரத்தில் – சிட்டுப்
பின்னும் அழைக்கும் – ஒரு
புன்னை மரத்தில்[1] ஓடிய காதலி
"போ போ" என்றுரைக்கும்.
வன்ன இறக்கை – தன்னை
அங்கு விரித்தே – தன்
சென்னியை உள்ளுக்கு வாங்கி அச் சேவலும்
செப்பும் மணிவாயால்:
"என்னடி பெண்ணே – உயிர்
ஏகிடும் முன்னே – நீ
என்னிடம் வா, எனையாகிலும் கூப்பிடு
தாமதம் நீக்கிவிடு"
என்றிது சொல்லப் – பெட்டை
எண்ணம் உயர்ந்தே – அத்
தென்னையிற் கூடிப்பின் புன்னையிற் பாய்ந்தது,
பின்னும் அழைக்கும் சிட்டு.

அணில்

கீச்சென்று கத்தி – அணில்
கிளையொன்றில் ஓடிப் – பின்
வீச்சென்று பாய்ந்து தன் காதலன் வாலை
வெடுக்கென்று தான் கடிக்கும்
ஆச்சென்று சொல்லி – ஆண்
அணைக்க நெருங்கும் – உடன்
பாய்ச்சிய அம்பெனக் கீழ்த்தரை நோக்கிப்
பறந்திடும் பெட்டை அணில்!
மூச்சுடன் ஆணோ – அதன்
முதுகிற் குதிக்கும் – கொல்லர்
காய்ச்சும் இரும்பிடை நீர்த்துளி ஆகக்
கலந்திடும் இன்பத்திலே.
ஏச்சுக்கள் அச்சம் – தம்மில்
எளிமை வளப்பம் – சதிக்
கூச்சல் குழப்பங்கள் கொத்தடிமைத் தனம்
கொஞ்சமும் இல்லையன்றோ?

வானும் முல்லையும்

எண்ணங்கள் போலே – விரி
வெத்தனை! கண்டாய் – இரு
கண்ணைக் கவர்ந்திடும் ஆயிரம் வண்ணங்கள்
கூடிச் சுடர்தரும் வான்!
வண்ணங்களைப் போய்க் – கரு
மாமுகில் உண்டு – பின்பு
பண்ணும் முழக்கத்தை, மின்னலை, அம்முகில்
பாய்ச்சிய வானவில்லை,
வண்ணக் கலாப – மயில்
பண்ணிய கூத்தை – அங்கு
வெண்முத்து மல்லிகை கண்டு சிரித்தனள்!
மேல்முத்தை வான்சொரிந்தான்!
விண்முத் தணிந்தாள் – அவள்
மேனி சிலிர்த்தாள் – இதைக்
கண்ணுண்ண உண்ணக் கருத்தினி லின்பக்
கடல் வந்து பாய்ந்திடுதே.

மனிதர்

மஞ்சம் திருத்தி – உடை
மாற்றி யணிந்தே – கொஞ்சம்
கொஞ்சிக் குலாவிட நாதன் வரும்படி
கோதை அழைக்கையிலே,
மிஞ்சிய சோகம் – மித
மிஞ்சிய அச்சம் – "என்
வஞ்சியும் பிள்ளையும் நானிறந்தால் என்ன
வாதனை கொள்வாரோ"
நெஞ்சிலிவ் வாறு – நினைந்
தங்குரைக் கின்றான்: – அடி
பஞ்சைப் பரம்பரை நாமடி பிள்ளைகள்
பற்பலர் ஏதுக் கென்றான்
கஞ்சைப் பறிப்பார் – எழுங்
காதல் பறிப்பார் – கெட்ட
வஞ்சகம் சேர்சின்ன மானிடச் சாதிக்கு
வாய்ந்த நிலை இதுவோ?

26.11.1933

பா.வே. 1. மரத்தினில் (மறுவெளியீடு – 13.01.1935, ப. 16)

~~~

5. மின்னும் தமிழ்

'பின்னும் திரும்பாதீர் – பழம்பீடை
இருள் நடையில்'

தமிழ் வளர்ப்பவரே, – நல்ல
தவங் கிடப்பவரே, – தமிழ்
அமுதமென்றும் இனியதென்றும் சொல்லி
அக மகிழ்வோரே,

கமழும் நல்வீரத் – தமிழ்க்
கவி புனைவோரே – மிகு
சுமைபெறப் பழந்தமிழ் நெடுங்கதை
சொல்ல வருபவரே,
உமக்கொரு சேதி – தனை
உரைத்தல் என்ஆவல் – இனித்
தமிழ் படித்திடும் தமிழரின் தொகை
தனை வளர்த்திடுவீர்.
அமைத்திட் வாரீர் – தமிழ்
அரங்கினைப் பெரிதாய் – நீர்
அமைத்த திக்கணம் மறுகணம் கவி
அகிலம் ஏறவைப்பீர்.

சின்ன மொழிகளிலே – புவி
தின்னும் சுவையளிப்பீர் – தமிழ்
இன்னும் பெருக்கி மற்றின்னம் பெருக்கிமற்
றெங்கும் கவிவளர்ப்பீர்!
பின்னும் திரும்பாதீர் – பழம்
பீடை இருள்நடையில்! – நல்ல
கன்னலை ஒத்த கருத்துக் களுக்குக்
கறுப்புடை போர்த்தாதீர்.
உன்னுந் தமிழர்களின் – உயிர்
உள்ளத்தும் ஆவியிலும் – எங்கும்
சன்னத்தமாம் தமிழ் தத்தம் மதங்களில்
தள்ள நினைக்காதீர்.

3.12.1933

~~~

6. கர்ப்பத் தடை

சந்தான முறை நன்று; தவிர்க்கு முறை தீதோ?

விளக்குவைத்த நேரத்தில் என்வேலைக் காரி
வெளிப்புறத்தில் திண்ணையிலே என்னிடத்தில் வந்து
களிப்புடனே "பிரசவந்தான் ஆய்விட்ட" தென்றாள்
காதினிலே குழந்தையழும் இன்னொலியும் கேட்டேன்!
உளக்கவ[ல]சம் வழிந்துவரும் சந்தோஷத் தாலே
உயிரெல்லாம் உடலெல்லாம் நனைந்துவிட்டேன். நன்றாய்
வளர்த்துவரக் குழந்தைக்கு வயதுமூன் றின்பின்
மனைவிதான் மற்றுமொரு கருப்பமுற லானாள்.
~~~

பெண்குழந்தை பிறந்ததினி ஆண்குழந்தை ஒன்று
பிறக்குமா என்றிருந்தேன். அவ்வாறே பெற்றாள்
கண்ணழகும் முகஅழகும் கண்டுகண்டு நாட்கள்
கழிக்கையிலே மற்றொன்றும் பின்ஒன்றும் பெற்றாள்.
எண்ணுமொரு நால்வரையும் எண்ணியுழைத் திட்டேன்
எழில்மனைவி தன்னுடலில் முக்காலும் தேய்ந்தாள்.
உண்ணுவதை நானுண்ண மனம்வருவ தில்லை
உண்ணாம லேமனைவி பிள்ளைகளைக் காத்தாள்.

வரும்படியை நினைக்கையிலே உள்ளமெலாம் நோகும்
வாராத நினைவெல்லாம் வந்துவந்து தோன்றும்
துரும்பேனும் என்னிடத்தில் சொத்தில்லை! நோயால்
தொடர்பாகப் பத்துநாள் படுத்துவிட்டால் தொல்லை!
அரும்பாடு மிகப்படவும் ஆக்ஷேப மில்லை.
ஆர்தருவார் இந்நாளில் அத்தனைக்கும் கூலி?
இரும்பாநான்? செத்துவிட்டால் என்பிள்ளை கட்கே
என்னகதி? ஏன்பெற்றேன்? எனநினைக்கும் நாளில்,

ஒருதினத்தில் பத்துமணி இரவினிலே வீட்டில்
உணவருந்திப் படுக்கையொடு தலையணையும் தூக்கித்
தெருத்திண்ணை மேல்இட்டேன் நித்திரையும் போனேன்
சிறுவரெலாம் அறைவீட்டில் தூங்கியபின் என்றன்
அருமனைவி என்னிடத்தே மெதுவாக வந்தாள்.
"அமர்ந்தீரோ" என்றுரைத்தாள்! மலர்க்கரத்தால் தொட்டாள்!
"தெருவினிலே பனி"என்றாள். ஆமென்று சொன்னேன்.
தெரிந்துகொண்டேன் அவள்உள்ளம். வார்த்தையென்ன தேவை?

மனையாளும் நானுமாய் ஒருநிமிஷ நேரம்
மவுனத்தில் ஆழ்ந்திருந்தோம். வாய்த்ததொரு கனவு:
'கனல்புரளும் ஏழ்மையெனும் பெருங்கடலில் அந்தோ
கதியற்ற குழந்தைகளோர் கோடானு கோடி
மனம்பதைக்கச் சாக்காட்டை மருவுகின்ற நேரம்
வந்ததொரு பணம்என்ற கொடிபறக்கும் கப்பல்;
இனத்தவரின் குழந்தைகளோ ஏஎன்று கெஞ்ச
ஏறிவந்த சீமான்கள் சீஎன்று சென்றார்.'

கனவொழிய நனவுலகில் இறங்கிவந்தோம் நாங்கள்.
காதல்எனும் கடல்முழுக்கை வெறுத்துவிட்டோம். மெய்யாய்த்
தினம்நாங்கள் படும்பாட்டை யாரறியக் கூடும்?
சீச்சீ இங்கினியும் காதல்ஒரு கேடா?
எனமுடித்தோம். ஆனாலும் வீட்டுக்குள் சென்றோம்
இன்பமெனும் காந்தந்தான் எமையிழுத்த துண்டோ!
தனியறையில் கண்ணொடுகண் சந்தித்த ஆங்கே
தடுக்கிவிழுந் தோம்காதல் வெள்ளத்தின் உள்ளே.

பத்துமா தம்செல்லப் பகற்போதில் ஓர்நாள்,
பட்டகடன் காரர்வந்து படுத்துகின்ற நேரம்,
சித்தமெலாம் மூத்தபெண் சுரநோயை எண்ணித்
திடுக்கிடுங்கால் ஒருகிழவி என்னிடத்தில் வந்து
முத்தாலம் மைவைத்த கிருபையினால் நல்ல
முகூர்த்தத்தில் உன்மனைவி பிள்ளைபெற்றாள் என்றாள்.
தொத்துநோய், ஏழ்மை,ப ணக்காரர் தொல்லை
தொடர்ந்தடிக்கும் தூரையிலே பிள்ளையோ பிள்ளை!

காதலுக்கு வழிவைத்துக் கருப்பாதை சாத்தக்
கதவொன்று கண்டறிவோம். இதிலென்ன குற்றம்?
சாதலுக்கோ பிள்ளை? தவிப்பதற்கோ பிள்ளை?
சந்தான முறைநன்று; தவிர்க்குமுறை தீதோ?
காதலுத்துக் கண்ணலுத்துக் கைகள்அ லுத்துக்
கருத்தலுத்துப் போனோமே! கடைத்தேற மக்கள்
ஓதலுக்கெல் லாம்மறுப்பா? என்னருமை நாடே,
உணர்வுகொள் உள்ளத்தில் உடலுயிரில் நீயே.

17.12.1933

~~~

7. சக்திப் பாட்டு

எண்ணத்தில் அடங்காத சக்தியின் வடிவத்தை எழுத்தில் சித்திரித்திருக்கிறார் பாரதிதாஸன். பதினாறு வரியில் அன்னையின் வண்ணம், வடிவு, வீரம், எல்லாம் படிப்பவர் கண்முன்னே தோன்றுகின்றன.

'பாரதிதாஸன்' பாடியது இதுதான் முதல் பாட்டு. பல வருஷங்களுக்கு முன் பாடியது. சுப்பிரமணிய பாரதி, பாரதிதாஸன், இன்னும் நண்பர் பலரும் அளவளாவிக் கொண்டிருந்தனர். "பாரதிதாஸன் பாடுவனே" என்றார் பாரதி. நண்பர்கள் புன்னகை புரிந்தனர். "பாடு" என்று கட்டளையிட்டார் பாரதி. "தாஸன்" பத்து நிமிஷத்தில் பதினாறு வரிகளை எழுதிக்கொண்டு வந்தார். அந்த வரிகள்தான் இவை.

எங்கெங்குக் காணினும் சக்தியடா – தம்பி
ஏழுகடல் அவள் வண்ணமடா! – அங்குத்
தங்கும் வெளியினிற் கோடியண்டம் – அந்தத்
தாயின்கைப் பந்தென ஓடுதடா! – ஒரு
கங்குலில் ஏழு முகிலினமும் – வந்து
கர்ச்சனை செய்வது கண்டதுண்டோ? – எனில்
மங்கை நகைத்த ஒலியெனலாம் – அவள்
மந்த நகையங்கு மின்னுதடா!

✧ 36 ✧ மணிக்கொடி
~~~

காளை ஒருவன் கவிச்சுவையைக் – கரை
   காண நினைத்த முழுநினைப்பில் – அன்னை
தோளசைத் தங்கு நடம்புரிவாள்! – அவன்
   தொல்லறி வாளர் திறம்பெறுவான்! – ஒரு
வாளைச் சுழற்றும் விசையினிலே – இந்த
   வைய முழுவதும் துண்டுசெய்வேன் – என
நீள இடையின்றி நீநினைத்தால் – அம்மை
   நேர்படு வாள்உன்றன் தோளினிலே!

7.1.1934

~~~

8. பாட்டின் சுவையறியும் பாக்கியம்

பாரதியாருக்கு வந்த கடிதம்

'வேண்டுமடி எப்போதும் விடுதலை' பிறந்த வகை

பொழுது விடியப், புதுவையிலோர் வீட்டில்
விழிமலர்ந்த பாரதியார் காலை வினைமுடித்து
மாடிக்குப் போவார் கடிதங்கள் வந்திருக்கும்
வாடிக்கை யாகவரும் அன்பரெலாம் வந்திருப்பார்.
சென்னைத் தினசரியின் சேதி சிலபார்ப்பார்
முன்னாள் அனுப்பிய கட்டுரையும் பாட்டும்
சரியாய்ப் பதித்ததுண்டா இல்லையா என்று
வரிமேல் விரல்வைத்து வாசிப்பார் பத்திரிகை!

~

அதன்மேல் அடுக்கடுக்காய் ஆரவா ரப்பண்!
நதிப்பெருக்கைப் போறகவிதை நற்பெருக்கின் இன்பஒலி!
கிண்டல்கள்! ஓயாச் சிரிப்பைக் கிளப்புகின்ற
துண்டு வசனங்கள்! வீரச் சுடர்க்கதைகள்!
என்னென்ன பாட்டுக்கள்!! என்னென்ன பேச்சுக்கள்!!
பன்னத் தகுவதுண்டோ நாங்கள்பெறும் பாக்கியத்தை?
வாய்திறப்பார் எங்கள் மகாகவிஞர். நாங்களெலாம்
போய்அச்சப் பேயைப் புதைத்துத் திரும்பிடுவோம்.
தாம்பூலம் தின்பார். தமிழ்ஒன்று சிந்திடுவார்.
காம்பிற் கனிரசம்போல் காதல்ரசம் பொங்கும்.
விழியின் உருட்டலிலே வீரம் விளைத்துப்
பொழிகின்ற அன்பினால் எம்மைப் புதுக்கிடுவார்.

~
~~~

மாடியின்மேல் ஓர்நாள் மணிஎட் டரைஇருக்கும்.
கூடிக் கவிச்சுவையைக் கொள்ளையிடக் காத்திருந்தோம்.
பாரதியார் வந்த கடிதம் படித்திருந்தார்.
சீரதிகம் கொண்டதொரு சென்னைத் தினசரியின்
ஆசிரியர் போட்ட கடிதம் அதுவாகும்
வாசித்தார் ஐயர் மலர்முகத்தில் வாட்டமுற்றார்.

~

"என்னை வசனம்மட்டும் நித்தம் எழுதென்று
சென்னைத் தினசரியின் ஆசிரியர் செப்புகின்றார்
பாட்டெழுத வேண்டாமாம். பார்த்தீரா அன்னவரின்
பாட்டின் பயனறியாப் பான்மையினை" என்றுரைத்தார்.

~

பாரதியார் உள்ளம் பதைபதைத்துச் "சோர்வெ"ன்னும்
காரிருளில் கால்வைத்தார்; ஊக்கத்தால் மீண்டுவிட்டார்.
"பாட்டின் பயனறிய மாட்டாரோ நம்தமிழர் ?
பாட்டின் சுவையறியும் பாக்கியந்தான் என்றடைவார் ?"
என்று மொழிந்தார். இரங்கினார். சிந்தித்தார்.
"நன்று மிகநன்று; நான்சலிப்ப தில்லை"யென்றார்.

~

நாட்கள் சிலசெல்ல நம்மருமை நாவலரின்
பாட்டின் சுவையறிவோர் பற்பலபே ராகிவிட்டார்.
ஆங்கிலம் வல்ல கஜின்ஸ்என்னும் ஆங்கிலவர்
"நீங்கள் எழுதி நிரப்பும் சுவைக்கவியை
ஆங்கிலத்தில் ஆக்கி அகிலஅரங் கேற்றுகின்றேன்
பாங்காய் எனக்குநல்ல பாட்டெழுதித் தாருங்கள்"

~

என்று வரைந்த கடிதத்தை எங்களிடம்
அன்றளித்தார். அய்யர் அபிப்பிராயம் கேட்டார்.
வேண்டும். எழுதத்தான் வேண்டும்என்றோம். பாரதியார்
"வேண்டும் அடிஎப்போ தும்விடுத லை"என்றே
ஆரம்பஞ் செய்தார். அரைநொடியில் பாடிவிட்டார்.
ஈரிரண்டு நாளில் இனிமை குறையாமல்
ஆங்கிலத்தில் அந்தக் கவிதான் வெளியாகித்
தீங்கற்ற சென்னைத் தினசரியின் ஆசானின்
கண்ணைக் கவர்ந்து கருத்தில் தமிழ்விளைத்தே,
எண்ணற்ற ஆண்டாய்த் தமிழ்க்கவிஞர் இல்லைஎன்ற
வீ வீ எஸ். ஐயர் விருப்பத்தைப் பூர்த்திசெய்து
பாவலராம் ஐயர்க்கும் ஊக்கத்தைப் பாய்ச்சியதே!
ஆங்கிலவர், பாரதியார் ஆர்ந்த கவிரஸத்தை

வாங்கியுண்ணக் கண்டபின்னர் வாயூறிச் சென்னைத்
தினசரியின் ஆசிரியர் தேவையினித் தேவை
இனியகவி நீங்கள் எழுதுங்கள் என்றுரைத்தார்.
தேவையில்லை என்றுமுன் செப்பிவிட்ட அம்மனிதர்
தேவையுண்டு தேவையுண்டு தேன்கவிகள் என்றுரைத்தார்.

~

தாயாம் தமிழில் தருங்கவியின் நற்பயனைச்
சேயாம் தமிழன் தெரிந்துகொள்ள வில்லை
அயலார் சுவைகண் டறிவித்தார். பின்னர்
பயன்தெரிந்தார் நம்தமிழர் என்றுரைத்தார் பாரதியார்.
நல்ல கவியினிமை நம்தமிழர் நாடுநாள்
வெல்ல வருந்திரு நாள்.

~

21.1.1934

~~~

9. இயற்கைத் தேவியின் கோபம்

எரிபோல் விழியும் இடிபோல் மொழியும் உடையாள்
இதயத்திலே முதிரும் கோபப் படையாள்
விரியும் வண்மை இயற்கைப் பெண்ணெனும் அன்னாள்
வெறியும் தயையும் கொண்டென் னிடமிது சொன்னாள்.
தெரியும் வழியிற் செல்லா உலகத் தோரே
செப்பக் கேளீர் அவளின் சொல்லை நீரே:
“உரிமை! உரிமை! யார்க்கும் எதிலும் எங்கும்”
உணரச் சொன்னாள். இதனால் இன்பம் பொங்கும்.

“மனிதக் குலமும் வாழ்வுப் பொருளும் தந்தேன்
மடியில் தோளில் அவரைத் தாங்கியும் வந்தேன்
புனிதம் புனிதம் எங்கும் எதிலும் யார்க்கும்
புன்மை கண்டால் என்னுள் ளந்தான் வேர்க்கும்
தனமும் கனமும் பலவும் என்றன் தேகம்
தாயின் பாலில் தனயர்க் கெல்லாம் பாகம்
இனியும் பேதம் வேண்டாம் வேண்டாம் இந்நாள்”
என்றே அன்னை கோபத் தோடே சொன்னாள்.
~~~

"மாந்தர் யாரும் வாழ்க்கை முறையில் ஒப்பே
வகையில் நிலையிற் பேதம் காணல் தப்பே
சோர்ந்தோன் உணவைத் தன்சொத் தென்றே சொன்னால்
துயரம்! துயரம்! ஒப்பத் தகுமோ என்னால்?"
ஏந்தும் தயவால் இதனைச் சொன்னாள் முன்னர்
இதையே எண்ணிக் கனலாய் நின்றாள் பின்னர்,
தீர்ந்திட் டதுவோ புவிஎன் றச்சம் கொண்டேன்
திண்மைத் தாயின் தேகம் அதிரக் கண்டேன்.

கிடுகிடு வென்றே அவள்தோள் அதிரக் கண்டேன்
கேளீர் கேளீர் பீகார் வீழக் கண்டேன்
குடமும் புனலும் நிலையிற் சாய்தல் போலே
குடிலும் ஏழைக் குலமும் சாயுங் காலே
படையால் மாளும் பகைபோல் மாளக் கண்டேன்
பணமும் பிணமும் மண்ணிற் புதையக் கண்டேன்.
தடமும் வீடும் சமமே யாதல் கண்டேன்
சதையும் மண்ணும் இரத்தக் குமிழும் கண்டேன்.

மாங்கீர் சீதா மார்கிமு சபர்புரி ஊரும்
மதுபான் மோத்கிரி சமசுத கிரிஎன் றாரும்
ஆங்கே பற்பல ஆயிர மைல்களின் எல்லை
அழகும் பொழிலும் தெருவும் வீடும் இல்லை.
ஏங்கிய மைந்தர் தாயொடு வெளியில் நின்றார்
எத்தனை ஆயிர மக்கள் மண்ணிற் சென்றார்!
தாங்கிட வாரீர் பீகார் மக்கள் தம்மைத்
தாரீர் பொருளை எதிர்பார்க் கின்றாள் உம்மை.

18.2.1934

~~~

10. தமிழ்க் கனவு

தமிழ்நா டெங்கும் அமளி! தடபுடல்!!
பணமூட்டை எங்கணும் பறக்குது! விரைவில்
குவியுது பணங்கள்! மலைபோற் குவியுது!!
தமிழின் தொண்டர் தடுத்தாலும் நில்லாமல்
ஓடுறார் ஓடுறார் ரயிலிலும் நடந்தும்!

ஆயிரம் ஆயிரத் தைந்நூறு பெண்கள்
ஒளிகொண்ட வழியில் உறுதி காட்டி
இறக்கை கட்டிப் பறக்கின் றார்கள்!
ஐயையோ எத்தனை அதிர்ச்சி, உத்சாகம்.
சமுத்திரம் போல அமைந்த மைதானம்!
~~~

அங்கே கூடினார் அத்தனை பேரும்!
குவித்தனர் அங்கொரு கோடி ரூபாய்!
வீரத் தமிழன் வெறிகொண் டெழுந்தான்:
உரக்கக் கேட்டான்: உயிரன்றோ நம்தமிழ்?
அகிலம் கிழிய ஆம்ஆம் என்றனர்!!

ஒற்றுமை என்றான்: ஒத்தோம் என்றனர்!
உள்ளன்பை ஊற்றி ஊற்றி ஊற்றித்
தமிழை வளர்க்கும் சங்கம் ஒன்று,
சிங்கப் புலவரைச் சேர்த்தமைத் தார்கள்!
உணர்ச்சியை எழுச்சியை ஊக்கத்தை யெல்லாம்

கரைத்துக் குடித்துக் கனிந்த கவிஞர்கள்
சுடர்க்கவி தொடங்கினர்! பறந்தது தொழும்பு!
கற்கண்டு மொழியில் கற்கண்டுக் கவிதைகள்
வாழ்க்கையை வானில் உயர்த்தும் நூற்கள்,
தொழில்நூல், அழகழ காகத் தொகுத்தனர்!

காற்றி லெல்லாம் சங்கீதக் கலப்பு!
சங்கீத மெல்லாம் தகத்தகாயத் தமிழ்!
காதலெலாம் தமிழே கனிந்த சாறு!
கண்ணெல்லாம் தமிழக் கட்டுடல் வீரர்கள்!
காதல் ததும்பும் கண்ணாளன் ஒருவன்

கோதை ஒருத்தியைக் கொச்சைத் தமிழால்
புகழ்ந்தஓர் புழுக்கம் பொறாமல் சோர்ந்து
வீழ்ந்தான். உடனே திடுக்கென விழித்தேன்
அந்தோ அந்தோ பழய
நைந்த தமிழரொடு நானிருந் தேனே!

25.3.1934

~~~

11. புத்தகசாலை வேண்டும்

தனித்தமைந்த வீட்டிற் புத்தகமும் நானும்,
சையோகம் புரிந்ததொரு வேளை தன்னில்
இனித்தபுவி இயற்கையெழில் எல்லாம் கண்டேன்
இசைகேட்டேன்! மணம்மோந்தேன்! சுவைகள் உண்டேன்!
மனித்தரிலே மிக்குயர்ந்த கவிஞர் நெஞ்சின்
மகாசோதி யிற்கலந்த தெனது நெஞ்சும்!
சனித்ததங்கே புத்துணர்வு! புத்த கங்கள்
தருமுதவி பெரிது!மிகப் பெரிது கண்டீர்!
~~~

மனிதரெலாம் அன்புநெறி காண்ப தற்கும்
மனோபாவம் வானைப்போல் விரிவ டைந்து
தனிமனித தத்துவமாம் இருளைப் போக்கிச்
சகமக்கள் ஒன்றென்ப துணர்வ தற்கும்,
இனிதினிதாய் எழுந்தஉயர் எண்ண மெல்லாம்
இலகுவது புலவர்தரு சுவடிச் சாலை
புனிதமுற்று மக்கள்புது வாழ்வு வேண்டில்
புத்தகசா லைவேண்டும் நாட்டில் யாண்டும்.

தமிழர்க்குத் தமிழ்மொழியிற் சுவடிச் சாலை
சர்வகலா சாலையைப்போல் எங்கும் வேண்டும்.
தமிழிலிலாப் பிறமொழிநூல் அனைத்தும் நல்ல
தமிழாக்கி வாசிக்கத் தருதல் வேண்டும்.
அமுதம்போல் செந்தமிழிற் கவிதை நூற்கள்
அழகியவாம் உரைநடையில் அமைந்த நூற்கள்
சுமைசுமையாய்ச் சேகரித்துப் பல்க லைசேர்
துறைதுறையாய்ப் பிரித்தடுக்கி வைத்தல் வேண்டும்.

நாலைந்து வீதிகளுக் கொன்று வீதம்
நல்லதுவாய் வசதியதாய் இல்லம் வேண்டும்.
நூலெல்லாம் முறையாக ஆங்க மைத்து
நொடிக்குநொடி ஆசிரியர் உதவு கின்ற
கோலமுறும் செய்தித்தாள் அனைத்தும் ஆங்கே
குவிந்திருக்க வகைசெய்து தருதல் வேண்டும்.
மூலையிலோர் சிறுநூலும் புதுநூ லாயின்
முடிதனிலே சுமந்துவந்து தருதல் வேண்டும்.

வாசிக்க வருபவரின் வருகை ஏற்றும்
மரியாதை காட்டிஅவர்க் கிருக்கை தந்தும்
ஆசித்த நூல்தந்தும் புதிய நூல்கள்
அழைத்திருந்தால் அதையுரைத்தும் நாளும் நூலை
நேசித்து வருவோர்கள் பெருகும் வண்ணம்
நினைப்பாலும் வாக்காலும் தேகத் தாலும்
மாசற்ற தொண்டிழைப்பீர்! சமுதா யச்சீர்
மறுமலர்ச்சி கண்டதென முழக்கஞ் செய்வீர்!

8.7.1934

~~~
~~~

12. கொடைத் தமிழன்

ஸ்ரீ சுப்பிரமணிய பாரதியாரைப் பற்றி

'வெண்மதிபோல் மற்றொன்று செய்வதுண்டோ?'

இருள் அடர்ந்த இரவு கழிந்து "விடியுங்" காலம் வருவதை அறிவிக்கும் குரலை அருகிருந்து, உடனிருந்து கேட்டவர் "பாரதிதாஸன்".

அந்தக் குரலொலி கேட்டுத் தமிழ்நாட்டு மக்கள், தமது தொழிலை மேற்கொண்டு வெளிப்பட்டதையும், அவர்களது போரையும் நேரில் கண்டனுபவித்தவர்.

சென்ற சட்டமறுப்பு இயக்கத்தில் கலந்துகொண்ட தமிழனின் குரலில் ஒலித்த வீரம், ஆவேசம், ஆதர்சம் யாவும் அந்த ஒரு குரலிலிருந்து எழுந்தவைதான்.

அந்த முதல் குரல் நாட்டுமக்களுக்கு ஊட்டிய ஆவேசத்தையும், காட்டிய ஆதர்சத்தையும், இந்தப் பாடலில் எழில் கலந்து பாடியிருக்கிறார் பாரதிதாஸன்.

திங்கள்கதிர் உள்ளமட்டுன் கீர்த்தி யுண்டு
செவிபெற்ற பாக்கியத்தால் இங்குன் பாட்டில்
பொங்கிவரும் சுவையனைத்தும் உண்ணு கின்றோம்.
[. . . . .]
சிங்கமென்று நீயுரைத்தாய் தமிழர் தம்மைச்
செய்கையிலே வானுயர்ந்தாய் தமிழா! உன்னை
எங்குலத்து வீரனென நாங்கள் ஏத்தும்
இசையுனக்குக் கேட்பதுண்டோ வானி லாங்கே?

காண்பதினாலே சத்தியத்தைக் கண்டு பாடிக்
கடவுளிங்கு யாவுமென்று நன்றாய்ச் சொல்லி
மாண்பினிலே நீயிருந்து காட்டி எம்மை
வடுவகற்றித் தமிழரென வாழ்கச் சொல்லிச்
சேண்புகுந்த சுப்பிரமணிய பாரதி உன்
தெய்வமொழி இங்குவைத்த வன்மை யாலே
ஆண்மையினி லேறுகின்றோம் இன்றே எங்கள்
அடிமையைநின் ஆவலினைத் தீர்ப்போம் அண்ணே!

இயல்பில்வரும் பேச்சினைப்போல் எழுதி ஆங்கே
எழுத்தெழுத்துக் கொளிகாட்டி இனத்தை யெல்லாம்
பயிலும்விதம் கவியாக்கும் பாங்கின் ஜோதி
பரவுமொரு மண்டலமாய்க் காணுந் தோறும்
வியக்கின்றார்; நின்திறனைத் தாமும் கேட்டார்.
வெண்மதிபோல் மற்றொன்று செய்வ துண்டோ ?
செயற்கரிது செய்துவிட்டாய்! தமிழா! நின்போற்
செய்வதையும் காட்டுகின்றாய் நின்சீர் வாழி.

22.7.1934

~~~

13. கவிதைக் காதலி (தமிழ்க் காதல்)

கமலம் அடுக்கிய செவ்விதழால் – மலர்க்
காட்டினில் வண்டின் இசைவளத்தால்
கமழ்தரு தென்றல் சிலிர்சிலிர்ப்பால் – கருங்
கண்மலரால் முல்லை வெண்ணகைப்பால்
அமையும் அன்னங்களின் மென்னடையால் – மயில்
ஆட்டத்தினால் தளிர் ஊட்டத்தினால்
சமையும் ஒருத்தி – அப் பூஞ்சோலை – எனைத்
தன்வசம் ஆக்கிவிட்டாள் ஒருநாள்.

சோலை அணங்கொடு திண்ணையிலே – நான்
தோளினை ஊன்றி இருக்கையிலே
சேலை நிகர்த்த விழியுடையாள் – என்றன்
செந்தமிழ்ப் பத்தினி வந்துவிட்டாள்!
சோலை யெலாம்ஒளி வானமெலாம் – நல்ல
தோகையர் கூட்ட மெலாம்அளிக்கும்
கோலஇன் பத்தையென் உள்ளத்திலே – வந்து
கொட்டிவிட் டாள்எனைத் தொட்டிழுத்தாள்!

2.9.1934

~~~

14. தமிழ்க் கல்வி

கவிஞனின் கற்பனைக்கண் திறந்தது. எதிரே ஓராயிரம் அழகுகள். "எதை எழுதுவேன்" என்று மலைக்கிறார்.

வான், தாமரைப்பூக்கள், காடு, கழனி, கார்முகில், ஆடுமயில் நிகர் பெண்கள், இன்னும் எவ்வளவோ!

நமது புறக்கண்களுக்கு எட்டாத இனிமை, எழில் கவிஞனின் கற்பனைக் கண்களுக்குப் படுகிறது.

ஆனாலும், மனித ஜாதியின் உயர்ச்சி ஒன்றுதான் அவனுடைய ஆத்ம தாகம். தன்னை வளர்த்த தமிழ்ச் சமூகத்தில் "எல்லாரும், இன்பத் தமிழ்க்கல்வி கற்றவர் என்றுசொல்லும் நிலை"தான் அவனது உள்ளத்திலிருந்து எழும் கூவல்.

டக்டக் கென்று வரும் பட்டாள நடையிலே பாரதி தாஸன் அந்தக் கருத்தை அள்ளி வீசுகிறார்.

ஏடெடுத் தேன்கவி ஒன்று வரைந்திட
"என்னை எழு"தென்று சொன்னதுவான்!
ஓடையும் தாமரைப் பூக்களும் தங்களின்
ஓவியம் தீட்டுக, என்றுரைக்கும்.
காடும் கழனியும் கார்முகி லும்வந்து
கண்ணைக் கவர்ந்திட எத்தனிக்கும்.
ஆடும் மயில்நிகர் பெண்க ளெலாம்உயர்
அன்பினைச் சித்திரம் செய்க,என்றார்!

சோலைக் குறுகுறு தென்றல் வரும்.பசுந்
தோகை மயில்வரும். அன்னம்வரும்.
மாலைப் பொழுதினில் மேற்றிசை யில்விழும்
மாணிக்கப் பரிதி காட்சிதரும்.
'வேலைச் சுமந்திடும் வீரரின் தோள்உயர்
வெற்பென்று சொல்லி வரைக'எனும்.
கோலங்கள் யாவும் மலைமலை யாய்வந்து
கூவின என்னை! – இவற்றிடையே,

இன்னலி லேதமிழ் நாட்டினி லேஉள்ள
என்தமிழ் மக்கள் துயின்றிருந்தார்.
அன்னதோர் காட்சி இரக்கமுண டாக்கிஎன்
ஆவியில் வந்து கலந்ததுவே!
"இன்பத் தமிழ்க்கல்வி யாவரும் கற்றவர்
என்றுரைக் கும்நிலை எய்திவிட்டால்
துன்பங்கள் நீங்கும். சுகம்வரும். நெஞ்சினில்
தூய்மையுண் டாகிடும். வீரம்வரும்."

9.9.1934

~~~
~~~

15. சங்கங்கள்!

சங்கங்களால், – நல்ல
சங்கங்களால் – மக்கள்
சாதித்தல் கூடும் பெரும்பெருங் காரியம்.
சிங்கங்கள் போல் – இளஞ்
சிங்கங்கள் போல் – பலம்
சேர்ந்திடும் ஒற்றுமை சார்ந்திட லாலே.
பொங்கும் நிலா – ஒளி
பொங்கும் நிலா – எனப்
பூரிக்கும் நெஞ்சிற் புதுப்புதுக் கோரிக்கை
மங்கிடுமோ? – உள்ளம்
மங்கிடுமோ? – என்றும்
மங்காது நல்லறிவும் தெளிவும் வரும். (சங்கங்களால்)

சங்கங்களை – நல்ல
சங்கங்களை – அந்தச்
சட்ட திட்டங்களை மூச்செனவே காக்க!
அங்கம் கொள்க! – அதில்
அங்கம் கொள்க! – எனில்
அன்பினை மேற்கொண்டு முன்னின் றுழைத்திட!
எங்கும் சொல்க! – கொள்கை
எங்கும் சொல்க! – இதில்
ஏது தடைவந்த போதிலும் அஞ்சற்க!
தங்கத்தைப் போல் – கட்டித்
தங்கத்தைப்போல் – மக்கள்
தங்களை எண்ணுக! சங்கங்களிற் சேர்க்க! (தங்கத்தைப் போல்)

கொள்கை இல்லார் – ஒரு
கொள்கை இல்லார் – மக்கள்
கூட்டத்தில் இல்லை சங்கங்களின் சார்பினைத்
தள்ளுவதோ? – மக்கள்
தள்ளுவதோ? – சங்கத்
தாய்வந்து தாவும் தளிர்க்கரம் தீதென்று
விள்ளுவதோ? – மக்கள்
விள்ளுவதோ? – மக்கள்
வெற்றியெலாம் சங்க மேன்மையிலே உண்டு.
கொள்ளுகவே – வெறி
கொள்ளுகவே – சங்கம்
கூட்டிடவும் கொள்கை நாட்டிடவும் வெறி (கொள்ளுகவே)

சாதி மதம் – பல
சாதி மதம் – தீய
சச்சரவுக் குள்ள பேத வுணர்ச்சிகள்
போதத்தையே – மக்கள்
போதத்தையே –அறப்
போக்கிடும் மூட வழக்கங்கள் யாவும்இல்
லாத இடம் – தீதி
லாத இடம் – நோக்கி
யேகிடுதே இந்த லோக இலக்ஷியம்!
ஆதலினால் – உண்மை
ஆதலினால் – சங்கம்
அத்தனை யும்அதை ஒத்து நடத்துக!   (ஆதலினால்)

உள்ளத்திலே – நல்ல
உள்ளத்திலே – எழுந்
தூறிவரும் கொள்கை யாகிய பைம்புனல்
வெள்ளத்திலே – இன்ப
வெள்ளத்திலே – அந்த
மேதினி மக்கள்நலம் பெறுவா ரென்று
தள்ளத் தகாப் – பல
தள்ளத் தகா – நல்ல
சங்கங்கள் எங்கணும் தாபிப்பர் சான்றவர்!
பள்ளத்திலே – இருட்
பள்ளத்திலே – வீழ்ந்த
பஞ்சைகட்கும் சங்கம் நெஞ்சிற் சுடர்கூட்டும் (சங்கத்தினால்)

தாய் தந்தையர் – நல்ல
தாய் தந்தையர் – மண்ணில்
தாம்பெற்ற பிள்ளைகள் சங்கத்திற்கே என்ற
நேயத்தினால் – மிக்க
நேயத்தினால் – நித்தம்
நித்தம் வளர்க்க! நற்புத்தி புகட்டுக!
ஆய பொருள் – உண்
டாய பொருள் – முற்றும்
அங்கங் கிருந்திடும் சங்கங்களுக் கென்ற
தூய எண்ணம் – மிகு
தூய எண்ணம் – இங்குத்
தோன்றிடில் இன்பங்கள் தோன்றிடும் ஞாலத்தில். (சங்கங்களால்)

16.9.1934

~~~

16. தை

பரிதி கண்டோம்! பரிதி கண்டோம்!!
பலபல கோடியாய்ப் பல்கிய கதிர்கள்
உலகினைத் தழுவி ஒளிபெறச் செய்வன;
உயிர்க்குலம் அதனால் உணர்வு பெறுவன!

~

கருமழை தந்த பெருமழை வெள்ளம்
கழனி தோறும் அலைக்கரம் தாவிப்
பண்ணொன்று பாடிப் பாயுங் காலைப்
பொன்னேரு பூட்டிப் புவியெலாம் உழுதும்,
செந்நெல் விதைத்தும், செழுங்களை போக்கியும்
தோளும் மனமும் சோர்ந்து போனோம்!
பனியே வெளியாய்ப், பகலே இரவாய்த்
துன்பினால் உயிரே சுருங்கினோம்! பின்இதோ
விளைத்த செந்நெல் விளைந்தது; கிழக்கில்
விரிகதிர் தங்கச் சலாகை பீறிட்டது.

~

பனி,இருள், பிணி,துயில், பயம்,அயர் வுகளெலாம்
பறந்தன. பறந்தது படமுடி யாக்குளிர்!
பரிதி கண்டோம்! பரிதி கண்டோம்!
ஆண்டில் ஓர்கெட்ட அவதிப் பகுதி
அகன்றோம்! புதியநாள் – புதுவாழ் வாரம்பம்!

~

உயிரினில் உடலினில் ஓவ்வோ ரணுவிலும்,
வெயிலைப் பாய்ச்சினான் விரிகதிர்த் தந்தை!
பனிப்புகை பிணிவகை பயங்காட்டு சாக்காடு–
இனியில் லை!பகைக் கினிமேல் உதைவிழும்!
எமையாள நினைப்பவன் எந்தப் பயல்அவன் ?
அயர்வு போக எரியினை ஏற்றுவோம்
அன்பு சேரப், புத்தரிசி கொண்டு
புதுப்பரிதி வாழ்த்திப் புதுநறும் பொங்கல்
குடமடிப் பசும்பால் பொங்கப் பொங்க
நடமிட்டுப் பாடி, நாம்உற வோடு,
வறுமையும், துன்பமும், நாணும்
சிறுமையும் தீரச் சேர்ந்துண் போமே!

1.2.1938

~~~
~~~

நாமக்கல் ராமலிங்கம்

17. அன்பே நாதனைக் காண்பது
காந்தி வாழ்வால் செய்யும் போதனை

ஏட்டள விருந்த வேதம் இதுவென எடுத்துக் காட்டி
எழுத்தள விருந்த கீதை செய்கையில் ஏந்தி நின்று
வீட்டள விருந்த அன்பை விருந்தொடு விரியச் செய்து
விருந்தள விருந்த அன்பை வியன்பெரும் நாட்டிற் காக்கி
நாட்டள விருந்த அன்பை நானிலம் முழுதும் நீட்டி
நானிலத் தெவர்க்கும் அன்பே நாதனைக் காண்ப தென்று
காட்டினை, சொல்லா லல்ல, ஒழுக்கத்தால். கருணை வாழ்வின்
காந்தியே வீசும் சாந்த காந்தியே வருக, வாழ்க!

8.10.1933

~~~

18. ஆடம்பரம் போதாது: அன்பு வேண்டும்
காந்தி வாழ்வின் படிப்பினை

நெற்றியில் நீறு நாமம் நிறைந்திடப் பூசி யென்ன?
நிய[ம]மும் நிஷ்டை யென்று நீண்டதால் நேரம் என்ன?
பற்றிய ஜெபம்செய் மாலைப் பகலிர விருந்து மென்ன?
பார்த்தவர் மருளும் யோக ஆசனம் பழகி யென்ன?
சுற்றிய எவரும் நம்மால் துன்புறாத் தூய வாழ்வும்
தோன்றிய ஜீவ னெல்லாம் துணையெனக் கருதும் அன்பும்
கற்றனை, வாழ்வி லென்றும் காட்டினை; கருணை வாழ்வின்
காந்தியே வீசும் சாந்தக் காந்தியே வருக, ஐயா!

22.10.1933

~~~

19. காங்கிரஸின் வெற்றி

சட்ட மறுப்பு காலத்தில் பிரசித்தி பெற்ற "கத்தியின்றி ரத்தமின்றி" என்ற பாட்டைப் பாடியவர் ஸ்ரீமான் நாமக்கல் ராமலிங்கம் பிள்ளை.

இப்போது அவர் தேர்தலில் காங்கிரசு அடைந்துள்ள வெற்றியைப் பற்றிப் பாடியிருக்கிறார்.

தெளிவான நடையில், சர்வ சாதாரணமாக நம்முடைய தினசரி வாழ்க்கையில் பழக்கமுள்ள வார்த்தைகளைக் கொண்டு, அழகான கருத்துகளையும், உயர்ந்த தத்துவங் களையும் சொல்லிவிடுகிறார்.

தமிழில் தேசியப் பிரசாரக்கவி கட்டுபவர்களில் ஸ்ரீமான் ராமலிங்கம் பிள்ளைக்கு ஒரு முக்கியமான இடம் உண்டு.

வெற்றிச் சங்கை யெடுத்தூது
வென்றது த்யாகம் என்றோது
சுற்றிச் சுற்றியிவ் வுலகெங்கும்
சுதந்திரச் சங்கின் ஒலிபொங்க (வெற்)

தன்னலக் கோட்டை இடிந்ததுபார்
தயவால் வாழ்வது முடிந்ததுபார்
அன்னையிந் நாட்டின் தளைமுறித்தோம்
அரசியல் வாழ்வின் களைபறித்தோம் (வெற்)

அடக்கு முறைகளைப் பொய்ப்படுத்தி
'ஆயுதச் சாலையைக்' கைப்பிடித்தோம்
நடிக்கும் வாழ்க்கையை மாய்ப்போமே
நாட்டின் நன்மையைக் காப்போமே (வெற்)

பணத்தின் பலத்தால் ஏழைகளை
பயப்படச் செய்யும் கோழைகளை
குணத்தின் பலத்தால் வெல்வோமே
குறைகள் நீங்கிடச் சொல்வோமே (வெற்)

காங்கிரஸ் வென்றது எதனாலே
   காந்தியின் நெறிநின்றது அதனாலே
தீங்குகள் பற்பல பொறுத்ததனால்
   தேசம் சரியாம் நிறுத்ததுபார்   (வெற்)

அன்பின் வழியே மேலாகும்
   அதுவே சுதந்திரக் காலாகும்
முன்பிவ் வுலகம் அறியாத
   முதியோர் காந்திசொல் மறவாதே   (வெற்)

சுதந்திரச் சங்கு   25.11.1934

~~~

சுத்தானந்த பாரதி

20. மணிக்கொடி

ஆடு மணிக் கொடியே,
   புதுத் தென்றலில்
ஆடு மணிக் கொடியே!
   அன்பிளங் காதலர்
இன்பக் கனலைப் போல்
   ஆடு மணிக் கொடியே!

தேடு மணிக் கொடியே
   சுதந்திரந்
தேடு மணிக் கொடியே!
   செந்தமிழ் வாணிக்கும்
   தேசத்திற்கும் வெற்றி
தேடு மணிக் கொடியே!

நாடு மணிக்கொடியே
   நலம் ஓங்கிட
நாடு மணிக் கொடியே!
   நல்ல கவியுங்
   கலையுஞ் செழித்திட
நாடு மணிக் கொடியே!

1.9.1938

~~~

21. ஆனந்தர் உபதேசம்

கதைக் கவிதை
சாதிகுல வேற்றுமை பொய்

புத்தர் சீடன் ஆனந்தர் தருமப் பிரசாரத்திற்காக ஒரு கிராமத்திற்குப் போய்க்கொண்டிருந்தார். அருங்கோடை; தாகம் அதிகரித்தது: வழியில் ஒரு திருக்குலப் பெண் நீர் இழுத்துக்கொண்டிருந்தாள். ஆனந்தர் அப்பெண்ணைத் தன் கையில் தண்ணீர் ஊற்றும்படி வேண்டினார். "ஐயா, சாமி, நான் தீண்டாக்குலம்; தாங்கள் தேவ குலமல்லவா? நான் தண்ணீர் ஊற்றித் தாங்கள் குடிக்கலாமா? பாபமல்லவா?" என்றாள் பெண். "அம்மையே, நான் தாகத்திற்குத் தண்ணீர் தானே கேட்டேன். உனது சாதி குலம் கேட்கவில்லையே. இக்கிணற்றிற்கும், நீருக்கும், தாகத்திற்கும், சாதி குலம் உண்டோ?" என்றார் ஆனந்தர். "நியாயந்தான்" என்று அப் பெண்மணி ஆனந்தருக்குத் தண்ணீர் வார்த்தாள். தாகந் தணிந்ததும், ஆனந்தர், "சகோதரி, இரக்கமும் உண்மையும் உள்ள இடத்தில் சாதிமத வேறுபாடுகள் இரா. உன்னிடம் இரண்டும் உள்ளன. நீயே உயர் குலம். உன்னை யினித் தாழ்வாக நினைக்காதே!" என்று உபதேசித்தார். அப்பெண் புத்த மதத்திற் சேர்ந்து அரிய தொண்டுகள் செய்தாள்.

அருட்கட லாகிய நம்புத்தர் பெருமான் – சீடன்
ஆனந்தன், அறஞ்சொல்லப் போகும் வழியே . . .
திருக்குலப் பெண்ணொ ருத்தி தண்ணீர் இறைத்தாள் – "தாகந்
தீர நீர் வார்த்தி" டெனச் செங்கை விரித்தான்.

பெண்

"தேவகுலச் சாமி யல்லோ, நீங்கள்? – அடியேன்
தீண்டாத சாதி யன்றோ? தீர்த்தம் அளித்தால்,
ஆவது தோடம்" என்றாள். அருளுடனே – நோக்கி
ஆனந்தர் புன்ன கைத்தே ஆங்கண் உரைப்பார்:

ஆனந்தர்

"தாகம் பசிக்கும் ஓரு சாதியும் உண்டோ? – இந்தத்
தண்ணீர்க்கும் கிணற்றிற்கும் சாதியும் உண்டோ?
தாகந் தணிய உன்னைத் தண்ணீர்தா என்றேன் – வேறு
சாதி குலம் கேட்க வில்லை; சாதி யறியேன்."

1.12.1938

~~~

22. அடிமைக் கூண்டு

கிளியும் குயிலும் நேசமாயிருந்தன. ஒரு நாள் கிளியை வேடன் பிடித்து ஒரு செல்வனுக்கு விற்றுவிட்டான். தங்கக்கூட்டில் வைத்துக் கிளியைச் செல்வமாக வளர்த்தான். நாளேற நாளேறக் கிளிக்குக் கூட்டு வாழ்வு பழகிக் காட்டு வாழ்வு புளித்தது. ஒரு நாள் குயில் தனது நண்பனைத் தேடிக்கொண்டு கூட்டிற் கருகேயுள்ள ஒரு மாமரத்தில் வந்து உட்கார்ந்தது. கிளி கூண்டிலிருந்தே குயிலைப் பார்த்தது. இரு நண்பருக்கும் சம்பாஷணை நடக்கிறது . . .

கிளி

தங்க மனையினைப் பாரடீ – அடியென்
தங்கக் கொலுசினைப் பாரடீ
எங்கும் அலையாமல் வாழ்கின்றேன் – இவர்
ஈந்த கனிகளை யுண்கின்றேன்.
இங்கெனக் கென்ன குறையடீ? – பூனை
ஏறி வராதிந்தக் கூண்டிலே
எங்கலை கின்றாய் குயிலக்கா – நீயும்
என்னோ டிருந்திசை பாடடீ.
~~~

குயில்

குக்கூகூ குக்கூகூ தங்கச்சீ – சற்றே
கோபப் படாதிதைக் கேளடீ:–
திக்கெல்லாம் தாவிப் பறந்திட – நீள்
சிறகைக் கொடுத்தவன் மூடனோ ?
சொக்குத் தங்கம் எனப் பீத்துறாய் – இது
தொத்தடி மைச்சிறை யல்லவோ ?
துக்கமென் மார்பை யடைக்குதே – ஏண்டீ
தோழீநீ கைதியாய்ச் சாகின்றாய் ?

வன்ன வியற்கை அழகினில் – வாழா
வாழ்வு வனாந்தரம் அல்லவோ ?
சொன்னக் கனியெனச் சூரியன் – எங்கும்
சோதி யமுதம் பொழிகின்றான்
உன்னுட லுக்கவ்வொ ளியுண்டோ – மதி
யூற்றும் வெண்பாலினை யுண்பையோ ?
அன்னிய மாயை வலையிலே – சிக்கி
ஆன்மாவைக் கொல்லாதே தங்கச்சீ!

தீந்தமிழ் போன்ற மணத்தென்றல் – வீசுந்
தேங்கனிச் சோலை யுனக்குண்டோ ? – அன்புக்
காந்த ருடன்கூடிக் குஞ்சுகள் – வளர்
காத லினிமை யுனக்குண்டோ ?
சாந்தவிண் ணேறிப் பறந்திடும் – அந்தச்
சந்தோஷ வாழ்க்கை யுனக்குண்டோ ?
மாந்தரை நாமொரு கூண்டிலே – வைத்து
மாங்கனி தந்தால் இருப்பரோ ?

15.3.1939

~~~
~~~

ச.து. சுப்பிரமணிய யோகி

23. ஜோதி உதயம்

கீழ்த்திசை வானொளி பாய்ந்தது
    கிறுக்கிச் சிரித்தனன் சூரியன்
வாழ்த்தி வணங்குதிவ் வையகம்
    மங்கலம் பாடுது மாகடல்
தாழ்த்தி நகைக்கும் பரிதிப்பூ
    தாவி மலர்ந்தது தாமரை
பாழ்த்த விருட்படு தாவிலே
    பாய்ந்தது சித்திரப் பண்ணெலாம்.

கங்குல் கழிந்தது மீனினம்
    காதற் கதிரவன் கோயிலில்
திங்களின் நங்கையும் கூடவே
    சென்றதில் மூழ்கிச் சிறந்தது
அங்கங்கு தோப்புகள் சோலைகள்
    ஆயிர மாமரச் சாலைகள்
எங்கணு நீண்ட நிழலெலாம்
    இன்பத்துச் சோதியி லாடுமாம்.

பழமை கழிந்தது மாய்ந்தது
    பாரகத் துன்பங்கள் யாவையும்
விழைவொடு வந்தனர் மாந்தர்கள்
    மின்னெனப் போந்தனர் மாதரும்
அழகுச் சிறுவிரற் குஞ்சுகள்
    ஆயிர மாயிரக் கோலங்கள்
இழையுமோ ரின்னிசைப் பாடலில்
    ஏற்றிப் புகழ்வது காணீரோ.

மணிக்கொடி

போனவை போகப் புதுயுகம்
பூத்திடச் சூரியத் தேவனை
வானகம் வையகம் யாவையும்
வாழ்த்து மணிக்கடல் தெய்வத்தை
மோனக் கருக்கலில் பூத்ததோர்
மோஹன ஜோதிக் குழந்தையை
வானங் களிகொளப் பாடினோம்
வையம் மகிழ்ந்தெம தாகவே.

15.1.1938

~~~

பிக்ஷு
[ந. பிச்சமூர்த்தி]

24. பிரிவில் தோன்றும் பேரின்பம்

குரலில் ஒலிக்கும் காதல்

மாந்தோப்பு வஸந்தத்தின் பட்டாடை உடுத்திருக்கிறது.
மலர்கள் வாசம் கமழ்கிறது.
மரத்திலிருந்து ஆண்குயில் கத்துகிறது.
என்ன மதுரம்! என்ன துயரம்!

ஆண்குயில் சொல்லுகிறது:—
காதற் கனல் பெருக்கெடுத்துவிட்டது;
கரைகள் உடைந்துபோயின;
நெஞ்சத்தின் வேர்கள் கருகுகின்றன.
குயிலி! காதல் நீரை வார்த்துத் தீயை அணைப்பாய்,
கருகிய வேர்களுக்கு உயிரை ஊட்டுவாய்.
க்காவூ . . . க்காவூ . . .

அடுத்த கொல்லையில் எதிர்க்குரல் —
பெண்குயில் கூவுகிறது.
என்ன சோகம்! என்ன இனிமை!
பெண்குயில் சொல்லுகிறது:—
தனிமை உயிரைத் தணலாக்கி விட்டது.
தணல்உன் குரலால் ஜ்வாலையாகிறது.
என் நெருப்பு உன் நெருப்பை அணைக்குமா ? . . .
காதல் தீர்வதைவிட இக்கிளர்ச்சியே போதை,
இத்துன்பமே இன்பம்.
குயிலா! நெருப்பை வளர்ப்போம்.
க்காவூஊ . . . க்காவூஊ . . .

காதல் தெய்வம் காற்றொலியுடன் கலந்துசொல்லுகிறது:—
ஒன்றுபட்டால் ஓய்வுண்டாகும், தேக்கமுண்டாகும்.
கலந்தால் கசப்பு உண்டாகும்;
காதற் குரல் கட்டிப்போகும் . . .
பிரிவினையின் இன்பம் இணையற்றது.
தெரியாமலா ஈசனும் இயற்கையும் ஓடிப் பிடிக்கிறார்கள் ?
தெய்வ லீலையை உரக்கச் சொல்லு.
க்காவூ . . . க்காவூஊ . . .

14.10.1934

~~~
~~~

25. ஒளியின் அழைப்பு

சோனிக்கமுகு சொல்லும் பாடம்

1

இதோ விரிந்து வளரும் மரம்.
பட்டப்பகலில் இரவைக்காட்டும் அதன் நிழல்.
மரத்தடியில் ஒரு கமுகு –
ரத்தம் செத்த, சோனிக் கமுகு
சோனியாவானேன்?
அதான் வாழ்க்கைப் போர்!
பெருமரத்திற்குப் பெரும்பசி,
கபந்தன் தேவை;
சிறுமரத்தின் தலையில் கைவைத்துவிட்டது.
ஏழைக் கமுகு தன் பங்கை
ஒளி, வெளி, காற்று, நீர் அவ்வளவையும் –
பறி கொடுத்து நிற்கிறது.
பெருமரம் பிடுங்கிக்கொண்டது.
அதான் வாழ்க்கைப்போர்!
கமுகு நோஞ்சலாகாமல் என்ன செய்யும்.
அதற்காக விதியென்று பேசி செங்குத்தாய் வளருமோ?
தியாகம் செய்தேனென்று புண்யம் பேசுமோ? . . .
அட பிதற்றலே!
விதியைப் போற்றினால் தமஸில் உழலலாம்,
பிறந்த இடத்தில் வளர்வேனென்றால் சாவை உண்ணலாம்
ஆ! கமுகறியும் வளர்ச்சியின் மந்திரம் . . .

2

திரும்பப்பார்!
ஏதோ நாட்டம் கொண்டு சோனிக் கமுகு கூட
எப்படி குறுக்கே படருகிறது!
என்ன ஆசை – பேராசை!
பிறவி இருளைத் துளைத்து,
சூழ்வின் நிழலை வெறுத்து முகமுயர்த்தி,
எப்படி விண்ணின்று வழியும் ஒளியமுதைத் தேடிப் போகிறது
ரவியின் கோடானுகோடி விரல்களின் அழைப்பிற்கிணங்கி
எப்படி உடலை நெளித்து நீட்டி, வளைந்து வளருகிறது.
எப்படி அமிருதத்தை நம்பி ஒளியை வேண்டி
பெருமரத்துடன் சிறு கமுகு போட்டியிடுகிறது.!
அதான் வாழ்க்கைப் போர்!
முண்டி மோதும் துணிவே இன்பம்.
உயிரின் முயற்சியே வாழ்வின் மலர்ச்சி . . .

3

நானும் ஒரு கமுகு சோனிக்கமுகு!
சூழவும் எவ்வளவு பெரிய, பழைய முதிய இருட்டு!
பழமை என்ற பிரமையில், அரையொளியில்,
பொய்களின் பிணங்கள் எப்படி உயிர்போல் நடிக்கின்றன!
அறிவின் சுவ யேச்சையை
அமுக்குப் பிசாசுகள் எப்படி சிறைப்படுத்தி விட்டன!
எப்படி சுவடிகளின் குவியல்
வசிக்கும் இடத்தைப் பறித்துக்கொண்டன!
எலும்பு தெரியும் ஏழ்மை
எவ்வளவு ஏங்கி ஏங்கி அழுகிறது!
நோவின் புலிக்குரல் எப்படி அஞ்சவைக்கிறது!
உலகம் பொய், சாவு மெய்
என்ற எவ்வளவு சாஸ்திரீயப் புலம்பல்!
பின் சோனியாகாமல் என்னாவேன்? . . .

4

பரவாயில்லை. விடேன் . . .
சோனி யானாலென்ன?
போர் என்ற சங்கு முழங்குகிறது.
அழகின் சிரிப்பு அண்டமாய்ப் பிறந்திருக்கிறது.
அகண்ட ஒளி அனாதியாய் மலர்ந்திருக்கிறது.
அழகும் அத்யாத்மமும் அழைக்கின்றன.
ஜீவா! விழியை உயர்த்து.
சூழ்வின் இருள் என்னசெய்யும்?
அமுதத்தை நம்பு.
ஒளியை நாடு.
கமுகு பெற்ற வெற்றி நமக்கும் கூடும்.
சூழ்வின் இருள் என்ன செய்யும்?

28.10.1934

~~~
~~~

26. தீக்குளி

அட கதையே!
விளக்குப் பூச்சியா மாய்வதற்கு உதாரணம்?
இதோ ஒரு சிறகு பொசுங்குகிறது.
போகட்டும் என்று சுற்றுகிறது.
இதோ மற்றொன்றும்.
விடேன் என்ற சங்கல்பம்;
தீயில் குளிப்பேன் என்ற உயிராசை.
சக்தி தூண்ட, துணிவு பொங்க,
நகர்ந்தேனும் சுடரண்டை செல்லுகிறது.
அதோ சென்று விட்டது!
அதான் உருமாற்றும் தெய்வ முயற்சி –
அத்வைத சாதனை.
ஜோதியின் அகண்டம் ஜீவாணுவை அழைக்கிறது.
லயம்!
விட்டிலின் உடல் சாம்பலாகி விட்டது.
அதன் முயற்சி என் பாட்டாகி விட்டது.
விட்டிலா மாய்வதற்கு உதாரணம்? . . .

4.11.1934

~~~

27. கிளிக்குஞ்சு

1

கூட்டிலிருக்கும் கிளிக்குஞ்சே!
கண்மூடி ஏங்காதே.
உன் பஞ்சரம் சிறையல்ல.
கம்பிகள் இறக்கையின் வைரியல்ல.
பஞ்சரமின்றிய பெருவெளியில்
உனக்கு வைரி அநந்தம்.
நீயோ வெறும் குஞ்சு.
கிளியே! பொய்க் கதயை நம்பாதே.
ஒளிப் பெருக்கில் நீந்த வயதடைய வேண்டாமா?
இறக்கையும் நெஞ்சும் விரிய வேண்டாமா?
கிளியே! கூடு ஜயிலல்ல . . .
~~~

2

மனக்கிளியே! ஏங்கிவிழாதே.
சந்நியாசியின் மலட்டு வார்த்தையை ஏற்காதே.
உடல் பஞ்சரமல்ல.
புலன்கள் பஞ்சரத்தின் கம்பியல்ல –
வெளியும் ஒளியும் நுழையும் இடுக்கு;
தெய்வப் பேச்சு கேட்கும் காது.
தெய்வ லீலையைப் பார்!
அதோ வானத்துக் கோவைபோல் பரிதி தொங்குகிறான்!
மலரின் மூச்சிலிருந்து மாட்டின் குமுறல் வரையில்,
குழலின் பேச்சிலிருந்து கடலின் ஓலம் வரையில்,
மணலின் சுழலிலிருந்து கிரஹத்தின் சாரம்வரையில்,
நாதமே அசைகிறது,
குரல் கொடுக்கிறது . . .

3

மனமே! காய்கனிகளின் ரஸமே தெவிட்டா அமுதம்
மலர்களின் மணமே தெய்வ வாசனை.
ஸ்பர்சமே தெய்வத் தீண்டல்.
பார்வையே ஒளியின் அலை
உலகின் ஒலிகளே பரத்தின் நாதம் . . .
மனமே! புலன்கள் தளையல்ல,
விடுதலைக் கால்வாய்.
அவைகளுக்குச் சக்தி தந்தவன் ஈசன் –
அவனை அறிய,
ஆதி அழகில் மூழ்கி எழ.
கிளியே! ஈசனே ஊனாய், உருவாய், மலர்ந்திருக்கிறான்.
புலன்களொரு ஏணி.
ஏணியைத் தூறாதே.
ஏணியும் ஈசன்,
அதன் நுனியில் காணும் ஒளி நாடும் ஈசன்.
மனமே! உடல் பஞ்சரமல்ல
புலன்கள் கம்பியல்ல . . .

2.12.1934

28. வாய் நிறைந்த வாழ்த்து

இப் பாட்டில் சில வரிகள் தெருவில் ஒரு கிழவியால் பாடப்பட்டு வருகின்றன. அவைகளை ஒட்டி நானும் சில வரிகள் சேர்த்து அமைத்திருக்கிறேன்.

1

கொட்டு முழக்குகளும் – அம்மாளுக்குக்
கூடம் நிறைஞ்சிருக்கும்.
பட்டுப் புடவைகளும் – அம்மாளுக்கு
பந்தியாய் வச்சிருக்கும்.

2

அள்ளி முடிக்கும்சடை – அம்மாளுக்கு
அலங்காரம் செஞ்சிருக்கும்.
புள்ளி மயில்ரவிக்கை – அம்மாளுக்குப்
பொருத்தமாய் தானிருக்கும்.

3

சந்தனம் ஜவ்வாதும் – அம்மாளுக்குச்
சரியாக வச்சிருக்கும்.
வந்த ஜனங்களெல்லாம் – அம்மாளை
திருஷ்டிப் படுவுதென்பார்.

4

மஞ்சளும் குங்குமமும் – அம்மாளுக்கு
வீடு நிறைஞ்சிருக்கும்.
பஞ்சமும் நோவுகளும் – அம்மாளுக்குத்
தொலைதூரம் நின்னுபோவும்.

5

அத்தரும் பன்னீரும் – அம்மாளுக்கு
அள்ளித் தெளிச்சிருக்கும்.
வத்தியும் வாசனையும் – அம்மாளுக்கு
வழியெல்லாம் வீசிநிக்கும்.

6

படிரொம்ப அரிசிபோட்டால் – அம்மாளுக்குப்
பசுந்தங்கம் மூஞ்சியாகும்.
மடிரொம்பப் பிள்ளைவரும் – அம்மாளுக்கு
மங்கில்யம் வளரும்தானே.

16.12.1934

~~~

29. பிரார்த்தனை

இருளினில் மரத்தின் கீழே
இருந்துவிழி உள்குவித்து
அருளி னியல்பை நோக்கிச்
சிறுதவம் செய்ததாலே;

வெளியினில் நிலவைப்பார்த்து
உடம்பினில் மயக்கமுற
ஒளியினில் அழகைக் கண்டு
மூர்ச்சையாய்ப் போனதாலே;

வானகம் செல்லும் வண்ணம்
கூரையில் புறாவைப் போல,
கானக மன நெருக்கில்
உழலாமல் விண் யெய்ததாலே;

மண்ணின்மேல் காதல்கொண்டு
மழைமகிழ்ந் திறங்குமாப்போல்
எண்ணியே ஈசனைநான்
இழையவே ஏங்கலாலே;

உலகினை அறவெறுத்துக்
காவித் துணியணிந்து,
மலையினில் கிழங்கைத்தின்று
கைவல்யம் பழகாதாலே;

பணத்தினை வாயால்வைது
உள்ளத்தில் பூஜைசெய்து,
வனப்பினைப் பழித்துப்பேசி
முகங்களைத் தொடர்ந்துநோக்கி;

புலன்களை வேசியென்றும்,
உயிரினைப் பகல்கனவென்றும்,
மலங்களின் மணமகளென்றும்
உதட்டினால் வீரம்பேசி;
~~~

நெய்யொடு பழவகையும்
தின்றுமிக ஏப்பம்விட்டுப்
பையாகப் பொன்னும்பொருளும்
சிவன்பெயரைச் சொல்லிச்சேர்த்து;

மடங்களைக் கட்டுவித்து
மனதினில் இடம்பம் கொண்டு
அடங்கலும் சிவனுக் கென்று
ராஜஸம் பொலியப் பழகி;

வில்வமும் விளக்கும் சேர்த்துப்
பூசனை முழக்கம் கூட்டிக்
கல்வமும் மருந்தும் காட்டிச்
சித்தனின் சீட னென்று

பொய்வார்த்தை சொல்லாதாலே
பித்தனென்ற பெயரைப் பெற்றேன் . . .
பித்தனாயிருக்க அருள்வாய்,
பித்தரே! பித்தர் குருவே!

20.1.1935

~~~

30. அக்கா குருவி

வசனகாவியம்

ஒரு கதை உண்டு. அதில், இரண்டு குயில் சகோதரிகள் வேனிற் காலத்தில், நீரற்ற காவிரியின் கரையோர மூங்கிலில் கூடுகட்டி வசிக்கத் தொடங்கினவாம். ஆனி மாதத்தில் காவிரியில் புது வெள்ளம் வந்து ஒரு குயிலை அடித்துக்கொண்டு போய் விட்டது. அன்று முதல் தங்களது அக்காவைப் பற்றியே கூவி ஏங்குகிறதாம் குயில் கூட்டம்.

சித்திரைச் சூரியன் செஞ்சூலம் பாய்ச்சலால்
ஆற்றுமணல் வெள்ளம் அனலாகக் காய்ந்தது;
பத்தரை மாற்றுச் சொர்ணப் பொடிபோல் ரவி
ஏற்ற மணல்க்காடு அங்கங்கு மின்னிற்று,

செழிப்புற்ற தோட்டமும் பாவீனும் ஏற்றமும்,
பேணாது பொங்கிய கவிஞன் கனவைப்போல்
எழில்மண்டித் தூங்கும் விரிசடை மரங்களும்,
நாணாத பச்சைக் கைநீண்டு பரவல்போல்
~~~

வானப் பகைப்புல சித்திர மூங்கிலும்,
மொக்கின் வரிசையும் மலர்களின் சூழ்ச்சியும்,
கானமே உயிர்மூச்சாய்க் கொள்ளும் பறவையும்,
கொக்கின் வர்ணங்கொள் கரையோர நாணலும்

அற்புத உலகொன்றை சூழவும் நாட்டின.
சோதரக் குருவிகள் எங்கெங்கோ சுற்றிப்பின்
விற்போல் வளைந்த மூங்கிலிடைப் பொந்தில்
ஆதார அமைதியோ டாயுளைக் கழிக்கவே

கூடொன்று கட்டிக் குதூகலம் கொண்டன.
காலத்து வெள்ளம் கடுகியே பாய்ந்தது.
மாடொன்று கடையில் புகுந்தாற்போல் காற்று
ஞாலத்தில் நுழைந்ததும் ஆனி அரற்றிற்று.

காவியின் செம்மையும் சந்தனக் குழப்பமும்
மல்லிகைப் பரப்பொன்று பாயுமோர் தோற்றமும்
காவிரித் தாயின் புது வெள்ளமாயின.
எல்லை உடைந்து அழகெங்கும் புணர்ந்தது.

பெருகிய வெள்ளத்தில் விளும்புகள் மூழ்கின,
மரங்களின் வேர்கள் பொற்பாம்புகள் ஆயின,
கரும்பச்சை மூங்கிலின் குனிந்த தலைமேலே
சுரம்போன்ற வேகத்தில் வீழ்ந்தது வெள்ளம்.

மூங்கிலிடைக் கூட்டைத் தண்ணீர் இடித்தது
இரட்டைக் குருவியில் விழித்தது ஒன்றே
தூங்கிய மற்றோர் குருவியின் ஆவியைப்
பரவிய வெள்ளம் விழுங்கிப் பின் ஓடிற்று.

காலையின் வானத்துக் கனகம் பிறந்தது
வெளியெங்கும் குருவிக் குரல்கள் பறந்தன,
சாலையில் ஆடவர் கைவீசி நடக்கவும்
கிளியின மாதர்கள் ஆற்றுக்கு வந்தனர்.

ஓத்தைக் குயிலி தன்குரலை எழுப்பியும்
சோதரி 'க்காவூ'வைக் காவினில் காணாமல்
சொத்தைக் குருவியோர் ஏக்கக் குரலினில்
நாதன் நமன்பட்ட கதையினைக் கூறிற்று . . .

வசந்தத்தின் முறுவல் உலகெங்கும் பூத்தாலும்,
இன்பத்தின் விதையெங்கும் வெடித்திலை விட்டாலும்
கசந்த குயில்மட்டும் சோலையில் தலைசாய்த்து
துன்பத்தில் அக்காவுக் கென்றென்றும் ஏங்குது.

1.12.1937

~~~
~~~

31. கொம்பும் கிணறும்

அணில் கொம்பிலே, ஆமை கிணற்றிலே.
கொம்பேறி வான்போகும் வேலையும்
கீழ்நோக்கி நீரில் மூழ்கி வசித்தலும்
ஓவ்வாத தொழிலல்ல, பெண்ணே!
தென்னை மரமேறித் தேங்காய் பிடுங்குவோன்
கிணற்றிலும் மூழ்கிப் பாத்திரம் எடுக்கிறான் . . .

நாங்களோ கலைஞர்.
ஆமைபோல் உணர்ச்சியின்
கிணற்றில் அமிழ்வோம்.
முதுகோடு கொண்டு விதியை எதிர்ப்போம்.
கீழுலகேழும் தயங்காது இறங்கி
ஜீவன்கள் லீலையில் கூசாது கலப்போம்.
அணிலைப்போல் கொம்பேறி
ஓளிக்கனி கடிப்போம்.
காலையின் மேலேறிச்
செம்மலர் உதிர்ப்போம்.
மேலுலகேழும் படகோட்டிச் செல்வோம்.
வான்பொருள் தேடித் தெருக்களில் தருவோம்.
கொம்பையும் கிணற்றையும் பிணைப்போம்.
விசும்பிலும் வீட்டிலும் களிப்போம் . . .

1.2.1938

~~~
~~~

கு.ப.ரா.

32. 'கருவளையும் கையும்'

1

பெண்மையின் பிறவி ரகசியம்

பெண்ணே! உன் கண்களில் என்ன நிலைக்காக் கவர்ச்சி
ஊற்றெடுத்திருக்கிறது –
இப்படிக் கவிகள் களைப்பின்றி காவியமியற்றுகிறார்கள்?
உன் கருவளையிலும் கையிலும் என்ன கவிதை கட்டழகு
பெற்றிருக்கிறது –
இப்படி யுகம் யுகமாக மனிதனை மயக்குகிறது?
உன் இதழ்களில் பிறந்து மாயம் கொஞ்சுஞ் சொற்கள் என்ன
மட்டில்லா
மாதுரியமுடையன–
இப்படி உலகம் உள்ளம் கலங்குகிறது?
நீ நடக்கும்போது உன் மெட்டியின் வெள்ளி இசை என்ன
இன்பம் கட்டியது.
இப்படி மனிதனின் மார்பில் ஒவ்வொரு அடியிலும் எதிர்
ஒலிக்கிறது?
ஸீதையைப்போல உன் அழகு அக்னியில் குதித்து அழியா
எழில் பெறுகிறதோ?
அழிவே – காலமே – உன்னை அங்கம் அங்கமாக
அலங்கரித்து அகமகிழ்கிறதோ?
மொக்கின் மர்மம்போல உன் இயற்கை உணர்ச்சி ஆடைகள்
அணிந்திருக்கிறது!
மனிதன், சலிப்பின்றி துச்சாஸனன் போல, உன் உணர்ச்சித்
துகிலை உரிகிறான் –
உன் இயற்கையை இதுதான் எனக் காண!
பாஞ்சாலியின் புடவைபோல அது வளர்கிறது!
மனிதன் மயங்கி விழுகிறான்.

2

காரணம் ?

உன்னை ஏன் நான் இப்படிப் போற்றுகிறேன் – என்
கண்களாலும் கைகளாலும் ?

என் உயிர்ப்பாலைவனத்து இரண்டு இமைக்கரை கொண்ட
உறை
ஊற்றுக்களான உன் கண்களுக்காகவா ?
என்னை மனமிழக்கச் செய்யும் மது நிறைந்த பவழக்
கோப்பை – உன்
செங்கமல வாய்க்காகவா ?
அல்லது மின்னல் மிளிரும் மேகம் போல மயிர்க்கூச்செறிந்து
மலரும் உன்
அங்க சௌந்திரியத்திற்காகவா ?
அதனுடைய துன்பம் கசியும் இன்பத்திற்காகவா ? –
எல்லாவற்றிற்குமாகவா ?
இல்லை, இல்லை!
இவைகளெல்லாம் பிறைபோல பருவத்தில் பொங்கி பிறகு
தேய்வனவென்று
அறிந்துவிட்டோமே!
பின் எதற்காக ?
என் இதயத்தை இயற்றும் உன் இயற்கைக்காக –
என் கண் காணாமல் என்னை வளர்த்து நிலைகொள்ளச்
செய்யும்
உன் பெண்மைக்காக –
மலரின் மணம்போல, உன்னிடம் உதித்து உன்னை மீறி நின்று –
என்னை இளக்கும் உன் உயிர் சாயலுக்காக!

18.11.1934

3

உயிரின் உச்சிவேளையில் சுகநிழலில் ஒதுங்கி
இச்சை வெள்ளத்தில் ஆழமாக இறங்கி நாம்

தலை தெரியாமல் துளைகிறோமா என்ன ?

தோலைத் தகர்த்துக்கொண்டு வெளியேற முயலும் முளைகள் போல
நம் மகிழ்ச்சிச் சிறையில் இரண்டு ஜீவன்கள் தத்தளிப்பதை
நாம் அறிகிறோமா, இல்லையா ?

இந்த அற்புத ஆகர்ஷணத்துக்கு மேற்போன ஒரு சக்தி,
இந்த மாயை நிழலுக்கு மிஞ்சின ஒரு மதுவனம் இருக்கிறதா,
இசைக்கு மிஞ்சின ஒரு இன்பம் ?

இருக்கிறது!

கிளையை மீறின கனி போன்ற ஒரு ருசி;
தந்தியை மீறி மிதக்கும் கமகம் போன்ற நாதம்;
பார்வையை மீறி பறக்கும் பக்ஷியைப் போன்ற ஒரு உண்மை;
சந்தனத்திலிருந்து கிளம்பி வாசனை விசிறும் ஒரு உணர்ச்சி;
உடலை மீறி போகும் உயிரைப் போன்ற ஒரு நிலை!

4

மொட்டில் மலர்ச்சிபோல உன் உள்ளம் உன் முகத்தில்
எப்பொழுது பிரஸன்னமாகிறது?
நீ வெற்றிலை மடிக்கும் பொழுது ஒவ்வொரு துளிரிலும்
துடிப்பேற்றி
தாம்பூல மயக்கத்தில் என் கைகள் துவளும் பொழுதா?
என் வியப்பைப் பார்த்து வெட்கியது போல உன் கனி
இதழ்களால்
என் கண்களைக் குருடாக்கி நீ எனக்கு ஏவலிடும்
எண்ணமழிந்த வேளையிலா?
அல்லது நம்மிருவரின் நெஞ்சுகளும் ஈரமுறத் தழுவி தித்திப்புக்
கொண்டிருக்கும் பொழுது நீ உருகி உருகி மட்டிழக்கும்
மங்கிய வேளையிலா?
நம்மன்பு உன்னுள் அமுத வடிவடைந்ததை நீ சொல்லாமல்
நானறியும் சொற்பனப் பொழுதிலா?
எப்பொழுது?

9.12.1934

5

உனது கருவிழி மேகங்களில் மழைபோன்ற ஒரு குளுமை
குவிந்திருக்கிறது.
உனது மூச்சில் நாடியை எழுப்பும் கஸ்தூரி போன்ற ஒரு
வேகமிருக்கிறது.
உனது குரலில் ஒரு கான ருசி ஊறி உதட்டில் உருவெடுக்கிறது.
சுகமும் வேதனையும் கலந்து நீலமும் சிகப்புமாகக் கலந்தோடும்
உனது அங்கங்களின் அதிசய எழுச்சியில்,
ஒரு புது உயிர் அமைப்பு கொண்டிருக்கிறது!
உனது புன்னகையிலும் புருவ நெரிப்பிலும், மும்மரத்திலும்
முறுவலிலும்,
ஊக்கத்திலும் ஏக்கத்திலும், பேச்சிலும் பேசாமையிலும்,
ஒரு பெருக்குபோன்று புரண்டோடும் சக்தியின் அலைகள்
கிளம்பிக் கிளம்பி வந்து
என் இதயக்கரையில் அடித்து அவா நீக்குகின்றன!

6

இவ்வொரு வருஷ விமரிசையில்,
நாம் எவ்வளவு வளர்ந்துவிட்டோம்!

நாம் கண்ணீருடன் கலந்து விம்மி நின்ற
அன்றைக்கு இன்று ஏற்றம் கொண்டுவிட்டோம்!

கைகளுக்கும் கண்களுக்கும் மீறிப்போன
நிச்சயத்தில் முழுகிப் பறக்கிறோம்!

எவ்வித ஆலிங்கனமும் அளிக்கக் கூடாத
ஒரு நெருக்க நிலைமை அடைந்துவிட்டோம்; தெரிகிறதா?

ஆகாயத்தில் சீறிச்சேரும் இரண்டு நக்ஷத்திரங்கள் போல
நமது உயிர்கள் உருகிக் கலந்து ஒன்றாக உறைந்து
போய்விட்டன!

திரியும் தீச்சுடரும் போல, உயிர் உடலுடன்
நாம் ஐக்கிய ஐச்வரியமடைந்து விட்டோம்!

6.1.1935

7

என் ஊக்கம் உன் உயிரில் பற் பதிவுகொண்டு இனிமையைச்
சுவைக்கிறது –
என் கையால் ஆன கற்பனைமாலை உன் கழுத்தில் சூழ்ந்து
சுடர் கொள்ளுகிறது –
நீ என் உயிரின்மேல் கொடிபோலப் படர்ந்து பரவி
மலர்ச்சியடைகிறாய் –
இவ்விதம் இசைப்பதில் நம் அனுபவத்தின் ஆழத்தை
அறிந்துரைக்கிறேனா?
கடல் போல பொங்கி அடங்கும் நம் மையல் அலைகளின்
இடைவேளையில்,
நான் இயற்றும் இயற்கைச் சொற்களின் இந்த சொற்ப
வர்ணனையில்,
நம் உணர்ச்சியின் உன்னத ஆர்வம் கல்லில் சிலைபோல
உருவெடுக்கிறதா?

8

உன் மன எழுச்சி என்ன அவ்வளவு மட்டற்றதா –
நான் அறியக் கூடாதென்று நீ அதை வெட்கத்திரையிட்டு
இப்படி மறைக்கிறாய்?
நான் அதை விலக்குகிறேன்!

உன் இளமையின் இறுமாப்பு என்ன அவ்வளவு இளக்கமற்றதா –
நான் உணரக்கூடாதென்று நீ அதை அச்ச ஆடை அணியச்
செய்கிறாய்?
நான் அதைக் களைகிறேன்!

உன் உள்ள மகிழ்ச்சி வெள்ளம் என்ன அவ்வளவு வேகமுள்ளதா –
நான் காணக்கூடாதென்று அதற்கோர் அடக்கக் கரைபோடுகிறாய்?
நான் அதை அகற்றுகிறேன்!

உன் வாய்ச்சொல் என்ன அவ்வளவு வரம்பு பெறாததா –
நான் கேட்கக் கூடாதென்று நீ இப்படி மௌனம் சாதிக்கிறாய்?
நான் அதைக் கலைக்கிறேன்!

13.1.1935

~~~

33. மாங்கனிச் சுவைப்பு

இளமையின் ஆர்வ இதழ்கள்
உண்மைக் கனியை
உரித்துச் சுவைத்து
சாற்றை உரிஞ்சி சௌக்கியம் கொள்ள
பதைக்கின்றன!
கொட்டைவரை யதன்
சதையைச் சூப்பி
சக்கையை நீக்கி
சுவையைப் பருகி
நிற்கின்றன!
கொட்டையின் கைப்பை
கண்டறிய வெறுப்பு –
பயம் – இனிமை அழியுமென்று!

15.12.1936

~~~

34. புத்த பகவான்

உயிரின் உன்னத பாசங்களின்
சிம்மாசன உயர்விலிருந்து கீழிறங்கி
தெருவில் வந்து துயரைப் பார்த்தாய், –
உன் மனைவி முகம் மறந்தாய்,
குழந்தையின் குதலையை மறந்தாய், –
வாழ்க்கை, மதப் பொய்களினடியில்
புதைந்து திணறும் கோலம் கண்டு கலங்கினாய்!
பொருள், சொல்லென்ற சாத்திர நெருப்பிலிட்டு
யாகம் செய்யப்பட்ட கொடுமையைப் பார்த்துப்பொங்கி,
அதற்கோர் விடுதலை ஈந்து வழி காட்ட
வேதாந்தத்தின் வாக்கிய வீர்யத்தை மீறிய
ஓர் கா்ம யோகத்தைக் கற்பித்து நடத்தினாய்!

15.12.1936

~~~

35. நண்பனுக்கு

ஓயாமல் எண்ணியும் பேசியும்,
சளைத்துப்போய் விட்டோம், அல்லவா ?
வார்த்தையை வைத்து வாதாடி
வீண் வித்தியாசம் கொண்டோம், போதும்!

மாயையும் தத்துவமும் என்ன
என்று தெரியவே வேண்டாம்;
கண்கண்ட சுகத்தைக் கடைந்து
உண்போம், இனிமேல், வா!

இவ்வாழ்க்கை நதி வரண்டு
மணலாகும் மரணம் வரை
அதன் கரை புரளும் வெற்றியை
ஒப்புக்கொள்வோம், அதனாலென்ன ?

உயிரின் இன்ப ஊழியத்தில்
அடிமைகளாவோம், பாதக மில்லை!
ஆத்மா, பரமாத்மா, – இந்தப் பேச்சு, –
யுகம் யுகமாக, காதுதுளைத்துப் போச்சு!
~~~

அது வேண்டாம் நமக்கு!
மதுக் கிண்ணத்தைப்பற்றி பேசினானே –
அவன் யார்? – உமர்கயாம் –
அவனைத் தொடர்வோம், அப்பா!

15.2.1937

~~~

36. கேள்வி

காதல் என்றால் கேலி செய்கிறாயே – எதற்காக?
கவிதையை கள்ளச்சொல் என்கிறாயே – வேண்டுமென்றுதானே?
இருக்கட்டும்!
நமது இன்பத்து ஏகாந்த இரவினிறுதியில்,
பிறை வெளுத்த பின்மாலையில்,
இருள் வெள்ளம் வடிந்த வைகறையில்,
ஓவியமூட்டும் உன் ஒளிக் கரங்களை விட்டு,
நான் பிரிவினை கொள்ளும் போர் வேளையில்,
உன் கண்களைக் கலக்குவதென்ன –
காதலல்லாமல்?
அந்தக் கனவழியும் பொழுதில்,
உன் வாயின் வார்த்தை வனப்புத்தான் என்ன –
கவிதை யல்லாமல்?

1.3.1938

~~~

37. கவிதைக்கு

திக்கற்ற தெரு வழியே நான்
திரிந்தலைந்து கொண்டிருந்தேனே –
உன் வனப்பின் வாசற்படியில் நின்றுகொண்டு நீ
என்னையேன் ஏறிட்டுப் பார்த்தாய்?

தீராத திசை வெளியிலே என் பார்வை
மிதந்து சென்று மங்கி யிருந்ததே –
நீயேன் உன் பிறைப் புன்னகையை
அதன் வழியிலிட்டு இழுத்தாய்?

மணிக்கொடி

உயிரின் உரத்த கூச்சல்களிடையே புதைந்து
என்செவி செவிடாய்ப் போயிருந்ததே –
எதற்காக உன் உள்ளக் குரலைக் காட்டி அதை
இன்னிசையில் ஈடுபடச் செய்தாய்?

வாழ்க்கையின் வழியற்ற புற்றில் நான்
அடைபட்டுக் கிடந்தேனே –
நீயேன் என்னை உன் மையல் மகடியால்
வெளியிலிழுத்து ஆட்டி வைக்கிறாய்?

15.4.1938

~~~

38. ராக்கி நெனப்பு

குட்டி அவ என்ன சோக்கு
என்ன ‘சோரு’ தெரியுமா?
தீண்டாத சாதியவ
கலியன் சாம்பான் பொண்ணுடா!
பட்டிக்குச்சு மோட்டுமேலே
பூத்த பறங்கிபே[ா]லே
எண்டா அங்’ணெ போயிபொறந்தா
கட்டுக் கொண்டெக்காரி?
மட்டசாதி ஈனசாதி
எண்ணு ஆர்ரா சொன்னவென்?
அவனெக் கொண்டு அவமுன்னெ
நிறுத்தி யல்ல பாக்கணும்!
கெட்ட பய மவடா அவ
என்ன மயக்கு மயக்கரா!
மவராசி பே[ா]லே அவ
மவா ராங்கிக்காரி!
ஓடக்கரெ மரத்துங்கீளெ
உருமத்து நேரம்
மாட்டை ஓட்டி மேயவுட்டு
படுத்திருக்கையிலே
கோடெவெயிலு காலுங்கீளெ
கொளுத்திச் சுட்டுப் பொசுக்க
பாட்டை வளியெபோன ராக்கி
அங்கே வந்து ஓதுங்ணா!
~~~

வேத்துக் கொட்டி வெள்ளெச்சேலே
    மேலே ஓட்டிப்போயி
அள்ளிச்சொருவி யிருந்த மயிரு
    அவுந்து மேலே கொட்டி –
நேத்து தாண்டா அவளெ கிட்டெ
    பாத்து சொக்கிப் போனேன்!
கள்ளிப்பசப்பிப் பேரைக் கேட்டா
    குனிஞ்சு நிண்ணு சிரிச்சா!
அடபோடா – நீயென்ன
    கண்டெ அந்த அளவெ?
பொளுதெ மறந்தேன் போக்கெ மறந்தேன்
    பெறப்பெக் கூட மறந்தேன்!
மொடவென் பே[ா]லே மரத்துங்கீளெ
    பாவிமவ மாயம்
உளந்து கெடந்தேன், பொச்சாய
    ஆத்தாவந்து பாத்தா!
ராக்கி நெனப்பு, ராக்கி சிரிப்பு –
    அது என்ன போடா –
ராப்பவலா எந்நேரம்
    வேறெநெனப்பு இல்லெ!
பாக்கி நாளு என்னா செய்வேன்
    சொல்லுபாப்பம் சொக்கா!
சப்புன்னு இருக்கு சீவன்
    செத்துப்போனாத் தேவலாம்!

15.4.1939

~~~
~~~

மே.ரா.மீ. சுந்தரம்

39. பெண்

'தாய்நாடு' என்று சொல்லிப்
பெண்மையைப் போற்றி யுள்ளோம்
மாய்வில்லா இயற்கை தன்னை
மங்கையென்று கூறி யுள்ளோம்
வாய்ப்படும் மொழியை யெல்லாம்
வாய்த்ததாய் மொழியே என்றோம்
தூய்மையாய் நின்ற பெண்ணைத்
தேவியென ஓதி யுள்ளோம்.

மாதே! நீ அன்னை யாக
மக்கள்முன் தோன்றி நின்றாய்
காதலி உருவங் கொண்டாய்
கானற்கண் யுவர்கள் முன்பு
வேதனை வாயிற் பட்ட
உயிருக்குக் காப்பாள் ஆனாய்.
சாதலைத் தடுத்து நின்றாய்
சக்தியாய்த் தோன்றி நின்றாய்!

காவியம் கவிதை தன்னில்,
கற்பனைக் கதைகள் தன்னில்,
ஓவியன் உள்ளக் கண்ணில்
ஒளிர்வது பெண்ணின் ஜோதி!
மேவிளங் கும்நின் ஈரம்
மிகைபடச் செய்தாய், பெண்ணே!
தேவி! நின் இனிய தேனைத்
தேடாத கலையு முண்டோ?

22.4.1934

~ ~ ~

40. மறை

பூவின் அழகிலும் விண்மீன் ஒளியிலும்
தோன்றிடும் உன்இயல்பு – உந்தன்,
ஓவிய வண்ணத்தில் நெஞ்சு செலுத்தியே
உன்னை அறியேனோ?

புள்ளினப் பாட்டிலும் கடலின் கோஷத்திலும்
கேட்பது உந்தன்குரல் – உந்தன்,
கொள்ளைக் கவிதையில் உள்ளம் நிறுத்தியே
உன்னை அறியேனோ?

பாரெங்கும் மண்டிக் கிடக்குந் துயரத்தில்
மேவிடும் உன்துயரம் – உந்தன்,
காரெனப் பெய்திடும் கண்ணீர் மழையினில்
உன்னை அறியேனோ?

எங்கெங்கும் ஓடிப் பாய்ந்திடுங் களியினில்
சேர்ந்தது உன்மகிழ்ச்சி – உந்தன்
பொங்கி நிறைந்திடும் ஆநந்த வெள்ளத்தில்
உன்னை அறியேனோ?

6.5.1934

~~~

41. கவி

[பாரதி குறித்து]

தனக்கென்றோர் தனியுலகு இயற்றிக் கொண்டு
தனிமையாய் உயர்வாழ்வு வாழ வல்லான்.
மனஒளியால் மண்ணையும்நல் விண்ணாக்குவான்;
மெய்க்காதல் கொண்டிடுவான் இயற்கை மீதில்.
கனவுகாணும் அவன்கண்ணின் ஆழம் என்னே!
கவிதைதோன்றும் அவன்நெஞ்சில் வரம்பு உண்டோ?
அனந்தமும் அழகுமே அவன்பொன் மூச்சு –
அவனின்றேல் இவ்வுலகில் இனிமை யுண்டோ?

27.5.1934

(குறிப்பு: பாரதி குறித்த கட்டுரை இடம்பெற்ற பக்கத்தில் இக்கவிதை கட்டம்கட்டி வெளியிடப்பட்டிருந்தது – ப.ஆ.)

~~~

42. என்னிச்சை

மயிலையென் மனத்தில் கொள்வேன் – அதன்
மேனியின் கண்களை யெண்ணிக் களிப்பேன்.
குயிலையென் உள்ளத்தில் கொள்வேன் – அதன்
கொஞ்சு மொழியிலே நெஞ்ச மிழப்பேன்.

வாழ்க்கையிலே இன்பத்தை நாடி – என்றும்
வாடாத உயர்தரப் பூமணம் கொள்வேன்;
ஆழ்ந்ததோர் சித்தம் படைப்பேன் – அதன்
ஆழத்தி லேபல முத்துகள் வைப்பேன்.

கலைமாதின் பார்வை வேண்டும் – அவள்
கானம்செய் வீணையைக் கேட்டிடல் வேண்டும்.
நிலையுறப் பாட வேண்டும் – அதில்
நேர்மையும் புனிதமும் ததும்ப வேண்டும்.

உலகத்து அன்பர் கூட்டத்தில் – எனக்கு
விலகாத தாழ்ந்ததோர் ஆசனம் வேண்டும்.
பலமேலோர் உறவு வேண்டும் – அவர்கள்
பேசும்பால் மொழிகளைப் பருக வேண்டும்.

27.1.1935

~~~

43. சோகக் காதல்

மின்னற் கொடிபோலக் காவில்
மல்லிகை கொய்தவள் நின்றாள்.
புன்னகை செய்தவள் முன்னே,
பாய்ந்திடும் நெஞ்சுடன் நின்றேன்;
என்னை ஒருகணம் பார்த்து
ஏங்கிப் பெருமூச் செறிந்தாள்
பின்பவள் பூக்களைக் கீழே
சிந்திவிட்டே யோடி விட்டாள்.

காற்றிலே ஆடைகள் ஆடக்
காலினிற் சிலம்புகள் பாட
ஆற்றங் கரையோர மாக
அன்னவள் மட்டிலும் வந்தாள்.
வீற்றிருந் தேன்வழிப் பக்கம்
உள்ளத்தில் தீச்சுட ரோடு;
ஊற்றுப் பெருகிய கண்ணால்
என்னைக் கணநேரம் பார்த்தாள்.
~~~

கோதை அணியணி யாக்கி
  குங்குமம் நெற்றியில் இட்டு
மாதரச் சித்திரம் போல
  சாளரத் தண்டையில் நின்றாள்.
வீதியில் என்முகம் பார்த்து
  வேருற்று ஓர்கணம் நின்று,
வேதனை கொண்டவள் போன்று
  விம்மி யழுது மறைந்தாள்.

                    27.1.1935

~ ~ ~

வாணிதாஸன்

44. துறவுக் காதல்

அன்பு நினைத்தது வானில்
    அழகு பிறந்தது மண்ணில்;
துன்ப மழுத்தின மாந்தர்
    சுடரொளி யாகி யெழுந்தார்.

அறிவு கதைசொலக் கேட்டேன்,
    ஆயிரங் காட்சிகள் கண்டேன்,
துறவு மகிழ்வது பார்த்தே
    சூனிய மாயிற் றின்பம்.

அழகு மலர்ந்தது வாழ்வில்
    அன்பு கனிந்தது நெஞ்சில்,
ஒழுகுந் தேன்மொழி யுள்ளம்
    உருகிப் பாய்ந்தது வெள்ளம்.

கட்டி யணைக்கப் போனேன்
    கசந்து நின்றது காதல்,
எட்டி நினைத்தேன் அவள்தான்
    இதயச் சுடராய் வந்தாள்.

என்னை மீறிய துண்மை
    எழிலவ் வுருவம் போற்றப்
பொன்னின் கவிதை கேட்டாள்
    பொங்கிப் பொழிந்தது காதல்.

புனிதச் செல்வ மிதைத்தான்
    புவியில் தேடித் திரிந்தேன்
மனிதத் தன்மைக் குள்ளே
    வானத் தரச னானேன்.

15.3.1938

~~~
~~~

45. சாரல் காட்சி

கானற் கோடை கழிந்தது வெம்மை,
உள்ளக் கனலும் உற்றது தண்மை.
சாரல் துளியில் தளிர்க்குங் கனவு–
குழையுங் கொடியும் குளிர்பூங் கொத்தும்
காதற் கனவில் கண்வளர்ந் தனவே.
பனிக்குந் தென்றல் பகற்கன வூட்டித்
தெளிக்கும் இன்பத் திவலை யெங்குமே.
சாரற் காலத் தண்ணளி தழைக்க
ஆழங் காணா ஆழி நெஞ்சம்
மோனத் தனிமையில் முளைத்துக் கிளர
                    வந்தது சாரல்,
                    வாழ்ந்தது காதல்.

சாரற் கனவில் தவம்செய் காதல்
கண்ணை விழித்துக் கண்டது கனாப்பொருள்.
கனவே கனிந்து காத லுருவாய்க்
கண்முன் தோன்றக் கருத்தினி லொளிரும்
அழகுத் தெய்வம் அணையும் நெஞ்சமே.
எழிலவ் வுருவம் எங்கும் விளங்க
அழகின் உருவும் அன்பின் உருவும்
என்னுளம் தனக்கே இணையில் உரிமையாக்
கொண்ட பெருமையும் குலையச் சிரிக்க
                    வந்தது சாரல்,
                    வாழ்ந்தது காதல்.

வேண்டிய இன்பம் விழைந்தார்க் கீயப்
பாண்டித் தென்பால் பல்வளங் கொழிக்கப்
பூரித் துயிரெலாம் புத்துயிர் தழைக்க
மெலிந்தார் முதியார் மெய்யிளை யார்ப்ப
அருமைச் செல்வர் அமரப் பொலிவுறக்
காளைக் கனவில் காதல் கலக்கக்
கன்னிக் கருத்தில் கடிமணங் கனிய
மண்ணும் வானும் வசந்தம் பாட
                    வந்தது சாரல்,
                    வாழ்ந்தது காதல்.

தெய்வ நறுந்தமிழ் தென்றல் கமழத்
தேன்பா யருவி தெவிட்டா விடுதலைச்
செல்வம் பொழியத் தீரா வறுமைத்
துயரம் பாழ்க்கச் சோதிக் காதலி!
விண்கீழ்ச் சொரியும் வெள்ளிப் பிழம்பில்
ஆடிப் பாடி அள்ளிப் பருகிக்
காலங் காணாக் கனவில் களித்துத்
துன்ப மொழிக்கும் சுத்த சுதந்திர
வாழ்வினி லோங்க வானோர் வாழ்த்த
வந்தது சாரல்,
வாழ்ந்தது காதல்.

1.4.1938

~ ~ ~

46. அன்பு மலர்ச்சி

கவியின் உள்ளப் பெருக்கைக்
கட்டும் அணைதான் உண்டோ?
புவியின் வாழ்விற் குழைக்கும்
புருவம் முத்தம் சொரியும்.

ஆசைக் கனியா யொளிரும்
அழியா தின்பப் படமே.
பேசும் மோனச் சிலையில்
பெய்வான் அன்பைச் சிற்பி.

கனவுப் புதுமை உலகைக்
காட்டித் தருவார் நடிகர்.
நனவில் துயிலும் யோகி
நாதத் துச்சி சேர்வான்.

கீதத் தொலியில் உருகும்
கிளரா நெஞ்சக் கல்லும்.
காதல், தன்னை இழந்தே,
காலப் போரில் வெல்லும்.

15.4.1938

~ ~ ~

கே. ஸ்ரீ.

47. தாய் வணக்கம்

கொடிஉயரக் குறிஉயரும், குறிஉயர
வடிவுயரும், வாழ்வுயரும் என்றசொல் – பிடியாக
மணிக்கொடியாய்ப் பறந்தேன், தாய்தாளில்
பணிக்கொடியாய்ப் படர்ந்து எழநான்.

15.9.1938

~~~

48. தமிழிலே, தமிழிலே!

காந்தமுண்டு, கட்டுமுண்டு மொட்டு மொழியிலே,
சாந்தமுண்டு செட்டுமுண்டு செந்தமிழிலே.

திண்மையுண்டு, திறமையுண்டு, தீந்தமிழிலே,
வண்ணமுண்டு, மணமுமுண்டு, மலர்ந்த மொழியிலே.

இசையுமுண்டு, இன்பமுண்டு, எங்கள் மொழியிலே,
ஓசையுண்டு, ஒலியுமுண்டு, ஓங்கு தமிழிலே.

பசையுமுண்டு, பாலுமுண்டு, பச்சைத் தமிழிலே,
குளிர்மையுண்டு, குழைவுமுண்டு, மழலை மொழியிலே.

பரிவுமுண்டு, பணிவுமுண்டு, பாகு மொழியிலே
விரிவுமுண்டு, வேகமுண்டு, வீரத் தமிழிலே.

கருணையுண்டு, கண்டுமுண்டு, கன்னல் மொழியிலே
காதலுண்டு, கனிவுமுண்டு, கன்னித் தமிழிலே.

15.11.1938

~~~

49. வா, வா, வாணி!

மொழிமலர்மேல் மலர்ந்திருக்கும்
மணிமொழியே வா!
பொழில்மலரால் பூஜிக்கின்றேன்
பொற்றொடியே வா!
பூங்கொடியே வா!

மறுசொல்லாய் மறைந்துநின்றாய்
மந்திரமே வா!
மந்திரமே வா!
சிறுசொல்லால் அழைத்துவிட்டேன்
சின்மயமே வா!

தொழில்மலரால் துதிகள் செய்வேன்
துடையிடையே வா!
தூமணியே வா!
எழில்மொழியால் ஏற்றுகின்றேன்
எனக்கருள்வாய் வா!

1.12.1938

~ ~ ~

வத்தலக்குண்டுப் பித்தன்

50. நடுகல்

சிறந்த போர்வீரன் ஒருவன் போரில்பட்டு வீழ்ந்தபோது, அவன் விழுந்த இடத்தில் அவன் ஞாபகமாக நடுங்கல் நடுகல் எனப்படும். இதனை வீரக்கல் எனக் கூறுதலும் உண்டு. தொல்காப்பியம், புறப்பொருள்வெண்பாமாலை முதலிய நூல்களில் இந்நடுகல் செய்திகளைப் பரக்கக் காணலாம். திருக்குறள், புறநானூறு முதலியவற்றிலும் இந்நடுகல் மிகவும் சிறப்பிக்கப்பட்டுள்ளது. இவற்றால் தமிழ் வீரர்தம் வீரமும், தமிழ் மக்கள் போரில் இறந்த வீரரை எவ்வளவு சிறப்புறச் செய்தனர் என்பதும் விளங்கும். பழைமையான வீரக்கல் ஒன்று திருவனந்த புரம் காட்சிச்சாலையில் இருக்கிறது.

கல்கோள்

காலைக் கதிர்எழ வீரர்களும் – நல்ல
　　கல்லைக் கொணரவென் றுற்றெழுந்தார் – உயிர்
கோலப் பொதியநற் குன்றடைந்தார் – அதன்
　　கூறின் தரமொரு கல்லெடுத்தார்.

போரி லிறந்து பொருளடைந்தான் – புகழ்ப்
　　பொன்னுடல் போலும் எனப்புகழ்ந்தார் – திகழ்
வீரஞ் செறிந்தவன் விம்முபுயம் – என்ன
　　வியந்துநற் கல்லைப் புகழ்ந்துநின்றார்.

நாட்கோள்

வீரர்கள் யாவரும் சேர்ந்துநின்றார் – ஒரு
　　வேந்தனும் ஆதனம் சேர்ந்துநின்றான்:
சூரிய னும்அதைக் காணவென்றே – கதிர்
　　தூய்க்கடற் குன்றில் துலங்கிநின்றான்.

மேவினன் சோதிட வல்லவனும் – இறை
　　வீரர்க ளோடு விதிமுறையால் – எங்கள்
வீமனுக் கோர்சிலை கோடுமோர்நாள் – தேர்ந்து
　　விளம்புகென் றாரவன் நாளையென்றான்

கல்லை வீரன் வடிவாக்கல்

வீரன் வடிவாய் விளங்கச்செய்தார் – இந்த
வெஞ்சிலை செய்த தவம்பெரிதே – மிகு
போரிற் புகுந்திடில் போரும் புரிந்திடும் – என்றும்
புறங்காட்டா ததாகுமிப் பொற்சிலையே.

செயல் பொறித்தல்

ஆயிரம் யானை யழித்தபின்னும் – பல
ஆயிரம் பேரை யழித்தபின்னும் – திரண்(டு)
ஆயிரம் போர்கள் தலையறுத்தும் – உடல்
ஆடல்செய் தானென் றதிற்பொறித்தார்.

நீர்ப்படை

வையைக் கரைதனில் வந்திடலும் – சிலை
மண்ணவர் யாரும் வணங்கினராய் – நின்று
பையப் பையச் சிலை பைம்புன – லாட்டுதல்
பார்த்தவர் கைகொட்டி யார்த்துநின்றார்.

கல்நடுதல்

ஆயிரம் போர்கள் வணங்கிநிற்க – துடி
ஆதிய யாவும் ஒலியெழுப்ப – உயர்
தூய இறைவனும் தோத்தரிக்கச் – சிலை
தோன்றல் வடிவமாய் நின்றதுவே.

8.4.1934

~~~

51. நிலா!

மற்றோருக்கு அமுதம் சொரியும் தண்ணிலா,
மன்னவனைப் பிரிந்த மங்கை யெனக்கு மாத்திரம்......

நீனிறக் கடலே நிலவிடு வானமா
பானிறக் கொண்மூ பரவு திரைகளா

சுடரின கோள்கள் சூழ்திரை மீனமா
கடலினில் ஓடுங் கலமது வெள்ளியால்

இயன்றதோ என்ன இலங்கொளி பரப்பி
பயன்தர உவந்து பாரதிற் பரந்த
~~~

கங்குலின் இருளைக் கடிது துரந்து
திங்களஞ் செல்வன் செழிப்பது காணாய்!

இருள்போற் சுரந்தே யிருதயம் வருத்தும்
மருளெலா மொழிய வந்தது மகிழ்ச்சி.

பாலர்கள் எல்லாம் பலவிளை யாடல்கள்
சாலவே புரிந்து தளிர்க்குவர் காணாய்!

ஆடவர் பெண்டிர் ஜோடியா யமர்ந்தே
ஊடியுங் கூடியும் உளமிக மகிழ்வர்.

நரைதிரை மூப்பால் நடுங்கு கிழவரும்
விரைவுடன் நடைகொள விழைகுவர் என்னே!

அமரர் அருந்திய அமுதினைப் புவியில்
அமர்குவ உயிரெலாம் அருந்த ஈவனென்(று)

எண்ணியே போலும் தண்ணொளிச் செல்வன்
விண்மிசை யமர்ந்து விளங்கு தன்மையே!

உலகெலாம் புரக்கும் உயர்பெருங் கடவுளின்
நிலவுவெண் குடையென நிலவு மந்நிலா!

வான மேபசு வாகமற் றதன்மடுத்
தானமே போலச் சந்திரன் விளங்க;

பாலின தாறைபோற் பரக்குவ கற்றை,
சேலின மென்னத் திகழுங் கண்ணியர்

நூலின மென்னும் நுண்ணிடை தங்கிப்
பாலின மறவாப் பச்சையர் வா!என

குழலினும் யாழினும் கூடா இனிமைய
மழலைக ளாடி மகிழ்குவ காணாய்!

நாயகற் பிரிந்த நங்கையான் ஓர்சார்
பாயலின் அருகில் பைங்கண் அருவி

நீர்பொழிந் தேங்கி நின்மல மாய
பார்கொளு மகிழ்ச்சியைக் கெடுத்தனன் பாவி –

வாழிநின் னிலவே! வாழிநல் லுலகம்
வாழிஎற் பிரிந்த வள்ளலின் னருளே! –

15.4.1934

~~~
~~~

பிறர்

52. என் காதல்!

தலைவி தோழிக்கு அறத்தொடு நிற்றல்

எஸ். கோவிந்தையங்கார், வத்தலக்குண்டு

யாப்பு: புதுப்பா.

தன்னந் தனிவீட்டில் – நேற்றுத்
தாயுடன் யான்இருந்தேன்.
அன்னை தொழில்களெல்லாம் – இனி
தாற்றின ளாயிருந்தாள்.

பல்லாங் குழிவைத்து – யான்
பாங்காய் விளையாடி
மெல்ல இருக்கையிலே – வாசல்
மேவி யொருகள்வன்

தண்ணி தவிக்குதென்றான் – தாயும்
தையல் எனைநோக்கி
உண்ணத்தண் ணீரெடுத்தே – அவற்(கு)
ஊட்டிவா வென்றுரைத்தாள்.

பாத்திரம் யானெடுத்தே – அதில்
பச்சைத் தண்ணீ ரூற்றி
காத்திருந் தான்குடிக்க – மெள்ளக்
கதவைத் திறந்தேனடீ!

கோல நறுங்குஞ்சி, – ஒளி
கொள்ளும் இருவிழிகள்,
கோல மதிமுகமே, – நிறை
கொன்றிடு புன்முறுவல்,

நீல முகில்நிறமே – வில்லை
நிகர்த்த புருவங்கள்,
மாலின் வரைத்தோள்கள், – மலர்
மாலை யணிமார்பு

கண்டு நிலம்நோக்கிச் – செம்பைக்
கையினில் யான்கொடுத்தேன்,
எண்டிசையும் போற்றும் – வள்ளல்
என்ன இழைத்தானடீ!

நீரைப் பெறுபவன்போல் – கையை
நீட்டிஎன் கைபிடித்தான்,
ஆரைத் துணையழைப்பேன் – "ஐயோ!
அம்மா!பார்" என்றுரைத்தேன்.

ஓடிவந் தேஅன்னை – என்ன
உற்றதுனக் கென்றாள்.
வாடி வருந்தியயான் – பொய்
வாய்வந்த கூறிடுவேன்,

"உண்ணுகை யில்நன்னீர் – இவற்(கு)
உற்றது விக்கல்" என்றேன்.
அன்னை உபசரித்தே – பின்
அப்புறம் சென்றிடலும்,

கொன்றிடு வான்போல – நோக்கிக்
கோலக் கடைவிழியால்
என்னை முறுவலித்துப் – பின்னை
ஏகின னப்புறமே.

இன்ன விளைந்ததடி – அவன்
இன்றுவரக் காணேன்
என்னென்று சொல்லிடுவேன் – என்றன்
இன்னுயிர்க் காதலையே!

11.3.1934

~~~

53. மல்லிகை

பெ.கொ. சுந்தரராஜன்

மங்கைப் பருவமகள் – முறுவல்
மறைக்கும் பற்களைப்போல்
சங்கைப் பழித்திடுமுன் – இதழ்கள்
சற்று மலர்ந்திடவே,

உன்னுடைத் தேன்பருக – வண்டுகள்
ஓடியும் வந்ததைப்போல்
என்னுடை யுள்ளத்தினில் – மலரே
எழுந்தன கேள்விபல.
~~~

எந்த நிமிடத்திலே – மலர்ந்தாய்;
இந்த உருவங்கொண்டாய்?
நறுமண நல்மலரே – மர்மத்தினை
நானறிய வுரைப்பாய்.

விண்ணுறு வானவர்தான் – உனைக்கண்டு
வியப்படைந் தனரோ!
தண்ணொளி தந்திடுமோர் – சந்திரனும்
திகைத்து நின்றனனோ?

கண்ணிமை கொட்டாது – உன்னையே
காவலாய்ப் பார்த்திருந்தும்
எண்ணரும் உன்மலர்ச்சி – அரும்பே
இயன்றதைக் காணேன்நான்

நல்லிருள் வானிடையே – மிளிரும்
நட்சத் திரத்தினொளி
மல்லிகை மென்மலரே – உன்முன்னர்
மங்கி மறைந்திடுமே!

மாதர்தம் கூந்தலிலே – யமர்ந்தவர்
மனம கிழ்ந்திடவே,
கோதில் மணத்தினைநீ – கொடுப்பினும்
கொய்யச் சகியேன்நான்.

18.3.1934

~~~

54. காதலும் காட்சியும்

'இளங்கோவன்'

காதல்

கானக் காட்டில் கருக்கல் ஒளியினில்
கன்னி நீஉன் கவின்முகம் காட்டலும்
ஞான முற்றனன் நல்லொளி பெற்றனன்
நம்பி னேனடீ நாறும் பிணங்கண்டு
வானக் காற்றில் மிதந்திடும் வண்ணப்புள்
வட்ட மிட்டு அலைகுதல் போலவே
ஈனக் காதலும் மானமும் கல்வியும்
இன்ப மென்றென துள்ளம் பறக்குதே.
~~~

ஊனங் கொண்டதோர் உள்ள வெளியினில்
உறுமுங் காற்றினில் மின்னலில் ஓய்வின்றி
தீனன் தீயன் மிதந்து உலைந்துமே
திக்கு தோறும் திரிந்து களைத்தனன்;
போன நாட்கள் புகலவும் ஒண்ணுமோ?
புன்மை போனப் புனிதையே உந்தனின்
மோனக் காதலும் மோஹக் கவிதையும்
மூளு மின்பமும் கண்டிலே னின்னமும்.

இன்னம் கண்டிலேன் இன்பமே என்னுளம்
இற்று இற்றுப் பொடிப்பொடி யாகியே
பின்ன முற்றது பித்தன் பினும்பேச
பிரிய மற்றனன் பேதையே எந்தனின்
சின்னப் புத்தியும் சிற்றின்ப வேட்கையும்
சிதறி யோடின சீக்கிர மேயடி
கன்னத்தே முத்தம் ஒன்று கொடுத்திடு
காளீ யென்னுயிர் காணிக்கை காணுவாய்.

காட்சி

வான்இ ருட்டினை வட்டம்போல் மின்னலும்
வந்து வந்து வனப்புடன் வெட்டவும்,
மீனம் கண்ணைச் சிமிட்டி மினுக்கவும்,
மிஞ்சும் காற்றும் இரைந்தொலி செய்யவும்,
கானம் போலிடி ஓடி உருளவும்,
கம்பி போல்மழை தாளங்கள் சொட்டவும்,
ஞானக் கன்னியும் வானத்தில் தோன்றினாள்
நங்கைக் காட்சி நவிலவும் கூடுமோ?

கண்ணில் கண்டனன் ஞானக் கதிரொளி
கணத்தில் மாய்ந்தன காமமும் கள்ளமும்;
வண்ணப் பாவையின் வார்த்தைகள் கேட்டலும்
வற்றிப் போயின வஞ்சமும் ஜாலமும்;
தண்மென் பஞ்சுப் பதத்தைநான் தீண்டலும்
தாபம் கோபமும் தட்டென வீழ்ந்தன
விண்கொள் மேனி விமலையே! உன்னடி
வீழ்ந்து விட்டேன் வினைச்சியே வந்தனம்.

கொஞ்சும் கோமளச் சுந்தரப் புன்னகை
  கொண்டு என்னை மயக்குதல் நீதியோ ?
அஞ்சு கின்றேன் அடியேன் கணந்தொறும்
  அற்பன் தாங்கும் அழகதுவோ அம்மா!
செஞ்சொற் கீதம் பொழியும்என் செல்வியே!
  சிந்தை யென்றும் சிறந்திட வேண்டுங்காண்
வஞ்சி வேந்தன் வளவன் வழுதியும்
  வாழ்த்தி நின்ற மதங்கிப்பொன் மாலினீ.

24.6.1934

~~~

55. வாழ்வும் தாழ்வும்

வ. ராஜகோபாலன்

வாழ்வு தாழ்வினை வரையுமுன்னே யான்
ஆழ்கடல் துயில்வோன் அடி பணிவனே.

அறிவை வளர்ப்பது வாழ்வு, அல்லல் தீர்ப்பதும் வாழ்வு
ஆண்மையோ டிருத்தல் வாழ்வு, ஆதிக்க மடைதலும் வாழ்வு
இட்டுண் டிருத்தல் வாழ்வு, இல்லற வாழ்வே வாழ்வு.
ஈசன் நினைவே வாழ்வு, ஈந்து வாழ்வதே வாழ்வு.
உறவினர் உறவே வாழ்வு, உப்புச் சண்டையும் வாழ்வு.
ஊக்கம் உடைமை வாழ்வு, ஊருடன் ஒட்டுதல் வாழ்வு.
எவ்வுயிர்க் கன்பும் வாழ்வு, எதற்குமஞ் சாமை வாழ்வு.
ஏக்கம் நீக்குதல் வாழ்வு, ஏழ்மை போக்குதல் வாழ்வு.
ஐயம் தவிர்த்தல் வாழ்வு, ஐம்பொறி ஆட்சியே வாழ்வு.
ஒத்துழைத் திருத்தல் வாழ்வு, ஒத்துழை யாமையும் வாழ்வு.
ஓம்ஓம் என்பது வாழ்வு, ஓவிய அறிவே வாழ்வு.
ஔடதம் அகற்றுதல் வாழ்வு, ஔவை வாழ்ந்ததும் வாழ்வு.
கண்டது கற்றல் வாழ்வு, கற்றது போற்றல் வாழ்வு.
காந்தியின் வாழ்வே வாழ்வு, காதல், களித்தல் வாழ்வு.
~~~

அடிமை நிலையே தாழ்வு, அழுக்குநீக் காமையுந் தாழ்வு.
ஆசை அதிகம் தாழ்வு, ஆத்திர முடைமை தாழ்வு.
இயல்வது கரத்தல் தாழ்வு, இம்மி பிசகலுந் தாழ்வு.
ஈர மிலாமை தாழ்வு, ஈயேன் என்பதுந் தாழ்வு.
உள்ளதை ஒளிப்பது தாழ்வு, உறவை மறப்பது தாழ்வு.
ஊரை மறத்தல் தாழ்வு, ஊன மடைதலுந் தாழ்வு.
எண்ணெழுத் திகழ்வது தாழ்வு, எமனுக் கஞ்சுதல் தாழ்வு.
ஏழையாய் இருத்தல் தாழ்வு, ஏங்கிச் சாதல் தாழ்வு.
ஐயம் புகுதல் தாழ்வு, ஐயங் கொடாமையுந் தாழ்வு.
ஒற்றுமைக் குறைவு தாழ்வு, ஒருவனை மறத்தலுந் தாழ்வு.
ஓதல் மறுத்தல் தாழ்வு, ஓல மிடுதலுந் தாழ்வு.
ஔடதத் தன்பு தாழ்வு, ஔவையை மறத்தலுந் தாழ்வு.
கண்டொன்று பேசுதல் தாழ்வு, கல்வி மறத்தல் தாழ்வு.
காந்தியை இகழ்வது தாழ்வு, காமமும் குரோதமும் தாழ்வு.

1.7.1934

~~~

56. பேதமற்ற போதம்

'ஜாதி பேதமற்றோன்'

ஆண்களுக்கே கல்விநலம் வேண்டு மென்றும்
அடுப்பூதும் பெண்களுக்கேன் கல்வி யென்ற
வீண்மொழிக ளாற்புத்தி மயங்கி யீன்ற
மெல்லியரை மடமைகொள வளர்க்கொ ணாது
காணுகின்ற வில்லறத்தி னெறியி னின்று
கணவனருஞ் சொற்கடங்கிக் கற்பு குன்றா
மாண்படைய வழிகாட்டுங் கலையை நந்தம்
மாதர்கட்கிங் கோரளவு பயிற்றல் நன்றே.

அருநிதியைக் காத்தளவாய்ச் செலவு செய்ய
அடுத்துவரு மாதுலருக் கன்பு செய்ய
வருவிருந்தை யுபசரிக்க மக்கட் பேண
மணவாள னுக்கிதமாம் புத்தி சொல்லத்
தருமமொடு கடவுளரும் பத்தி யோங்கத்
தங்களரும் பெண்களுக்குக் கல்வி யூட்டல்
பெருமைபெறப் பெற்றெடுத்தோர் கடமை யென்றும்
பேசுகின்ற பேதமற்ற போத மாமே.
~~~

விலையற்ற பொன்முத்து ரத்தி னத்தால்
வேலைமிகத் தீர்ந்தகுழை தோட்டி னோடு
கலைபெற்ற ஜடைபில்லைத் திருகு மேலாம்
தாளவட முஹார்மாலை கொலுசு காப்பு
கலைபட்டுப் பொட்டுடனூ புரமுந் தண்டை
காரிகையார்க் கெஞ்ஞான்று மழகா காது
நிலைபெற்ற கல்வியொன்றே மாத ருக்கு
நீணிலத்தி லழகாக நிலைக்கு மம்மா.

கற்றவளே துரைச்சிநல்ல கல்வி யேதுங்
கல்லாத வள்மடையச் சாம்பி ராணி
கற்றவளே கண்ணுடைய நங்கை யாகும்
கல்லாதாள் கண்ணற்ற மங்கை யாகும்
கற்றவளே கனநிதிசே ரம்மை யாகும்
கல்லாதா ளாட்டுமரப் பொம்மை யாகும்
கற்றவளைப் பெற்றோரே கனம்பெற் றோராம்
கல்லாமை வஞ்சியருக் கிழிவா கும்மே.

15.7.1934

~~~

57. ஹரிஜனர் ஆலய நுழைவு

சமூகப் பித்தன்

சிவத்தி ருப்பணி செய்திடு வோமெனச்
சிந்தை கொண்டனர் செல்வமிக் குள்ளவர்.
நவத்தி ருப்பணி மையுடைச் “சேரியர்”
நயந்து பெற்றனர் வேலையுஞ் சாலவே.
தவத்தி ருப்பணிச் சாமியின் கற்சிலை
“தங்க வெட்டியான்” செய்திடு சிற்பமே
பவத்தி ருப்பணி மையிலிலை யென்றுமே
பகர்ந்த னர்சில பேரறி வாளரே.

சாந்துச் சட்டிநி றையவெ டுத்ததும்
தண்ணீர்ச் செப்புத் தலையிற் சுமந்ததும்
காந்தும் வெய்யிலிற் காளைகள் பூட்டிச்செங்
கல்ல டித்ததும் “காளவாய்” வைத்ததும்
ஏந்திக் கோபுர மீதினிற் கற்களை
ஏலே லத்துடன் ஏற்றிநின் னார்த்ததும்
பாந்தத் தோடவ் வரிஜனச் சோதரர்
பார்த்த வேலைகள் பகருந் தரத்ததோ.
~~~

கோவிற் கூட்டிடு கும்பாபி ஷேகமும்
கூடு நாளினிற் செய்தனர் சீர்மிக
பூவிற் கூட்டிடு மாலைகள் பற்பல
பொங்கும் வாத்திய கோஷங்கள் பற்பல
நாவிற் கூட்டிடு முணவு விருந்துகள்
நாட்டி யஞ்சதுர் பாணவே டிக்கைகள்
பாவிற் கூட்டிடு பண்பது வாய்த்திடாப்
பையல் செய்தவம் பார்தனிற் கொஞ்சமே.

தப்புக் கொட்டிக் குலவைக ளிட்டுமே
சாமி தேர்மிசை யேறி வருதற்கே
ஒப்புக் கொட்டியே நின்ற ஹரிஜனர்
உளம கிழ்ந்தனர் உத்தம சேவைக்கே
உப்புக் கொட்டுவெண் சோற்றினை யுண்டனர்
ஓருபடி தண்ணீர்ப் "பந்தற்" குடித்தனர்
செப்புக் கொட்டு வயிறது வாய்த்தனர்
செய்த பாவங் கணக்கிலை யென்பரால்.

ஆல யத்தரு கேயிவர்க் காணுறின்
யார டாபறைப் பையலே நீயிங்கு
சால வித்தடி யுன்றனுக் கேயெனச்
சார்த்து வார்மிக வாங்காரத் தோடுமே
மால திமவ்வல் மற்றதே மாலைகள்
வயங்கு மீசனின் கோவில்முன் வீதியில்
ஏல வார்ப்பரிக் குங்கழு தைபன்றி
யியைந்து நாய்கள் குரைத்தலிட் டோடுமே.

பாலி னெய்போற் பரந்திடும் எம்மிறை
பயிலு யிரெலாம் பாலிக்கும் எம்மிறை
ஏலு மெம்மிறை யெல்லா உயிர்க்கணும்
இலங்கு வானென இயம்பித் திருந்துமே
போலி வார்த்தை புகலும் பெரியீரே
புலைமை யின்னுமே நீங்கிடு கின்றிலீர்
சாலு நும்மொழி சத்திய மாயிடில்
தங்கு மெம்மிறை ஹரிஜனர் தங்கணே.

கல்வி வாசனை யற்றவர்க் காமெனக்
கட்டி னர்பல கோவிலந் நாட்களில்
நல்வி வேகமும் செய்கையும் வாய்ந்துளம்
நலமு ளோமென நவிலும்வை தீகரே
கல்வி வாசனை யில்லா ஹரிஜனர்
கடவு ளைத்தொழக் கோவில் நுழைந்திடில்
மல்வி வாதமும் செய்திடும் நுங்கட்கே
மதியுண் டாமெனிற் பழிப்புக் கிடமதே.

5.8.1934

~~~
~~~

58. பாட்டுப் பாட்டு

'காளிதாசன்'

நிலவு பொழியு மமுதே பாட்டு
நீரில் விளையு மொலியே பாட்டு
கலவி மகிழும் களியே பாட்டு
காதல் கனியுங் கனிவே பாட்டு
குலவுங் குழவிக் குரலே பாட்டு
கோதை மடவார் விழியே பாட்டு
நலமும் புகழும் தெளிவும் பாட்டு
ஞானங் கவிதை யாவும் பாட்டே.

நீல வான வெளியே பாட்டு
நீலக் கடலின் ஒலியே பாட்டு
கோலப் பூவின் விரிவே பாட்டு
கூவும் பறவைக் குழலே பாட்டு
சோலை வளரும் தேனை மாந்தும்
துதிகள் வண்டின் சுதியே பாட்டு
மாலைப் பொழுதில் மாட்டுக் காரன்
மகிழும் குழலின் னிசையே பாட்டு

அன்பில் விளையு மமுதே பாட்டு
அறிவு விரியுந் தெளிவே பாட்டு
இன்பம் குமுறும் மனமே பாட்டு
இசைகள் விசிறு முணர்வே பாட்டு
பம்பும் வீரக் கனவே பாட்டு
பாலின் வெண்மை நகையே பாட்டு
துன்பம் நீக்கும் படையே பாட்டு
தொட்ட தொட்ட தெல்லாம் பாட்டே.

12.8.1934

~~~
~~~

59. 'காலம் அளக்கும் சிறுகோல்'
'நாட்கள்'
வே.சி.

1

நாளே வா;
காலையம்பொழுதே வா;
விழித்து நான் எழுகையில் காட்சி தரும் இனிமையே வா;
காலம் அளக்கும் சிறு கோலே வா;
நித்தம் நித்தம் வந்திடினும் அருவருப்பின்றி என் சித்தத்தில்
    உதிக்கும் உணர்வே வா;
நாளே, நட்பே, துணையே நீவா;
சக்திக் கூத்திலே நாள் ஓர் தாளம்.
சக்தி வெறியிலே நாள் ஒரு பொறி.

2

நாள் எழுச்சி தருவது; ஊக்கந் தருவது.
பிணைப்பது; ஒன்றாக்குவது; மகிழ்ச்சி தருவது.
பிரிப்பது; வேறாக்குவது; இகழ்ச்சி கொடுப்பது.
நாளே!
பண்டு சென்ற நாட்களாம் நின் சோதரிகளைக் கண்
    காணக் கொண்டு வாராயோ?
பொன்னாட்கள் அல்லவா அந்நாட்கள்?
அதற்காக நான் படும் துயரம் அறியமாட்டாயோ?
நாளே! என் வாழ்வின் ஏக்கம் நீக்கி
தூக்கம் போக்கிய நாளே! அவை
சென்றது சென்றதுதானோ?

3

நாளே! நீ யார்?
எங்கிருந்து வருகிறாய்?
காலைப்பொழுது நீ; கால் சுடும் பகல் நீ;
மாலைப்போது நீ; இரவு நீ; இன்பசந்திரிகை நீ;
நடுநிசி நீ; உன் செயல் என்ன?
நின் மாயம் என்ன?
நீண்டவாணாளை நிமிஷத்தில் ஆக்கிடுவாய்!
இதுதானோ நின் செயல்? அழகு; அழகு!
அருவருப்பு கொள்கின்றனரே மக்கள்!

அது ஏன்? இதற்காகவா?
இதனை ஆராயலாமா? நன்று; நன்று.
"விதியடா மகனே விதி" என்கின்றனையோ?
நன்று; நன்று;
நாள். சக்தி வெள்ளத்திலே ஓர் துரும்பு.
சக்தி அனலிலே ஓர் பொறி.

4

நாளே நின் செய்கை என்ன?
நின் திறமை என்ன?
உறவினர் எங்கே? நண்பர் எங்கே?
பெரியார் எங்கே? சோதரர் எங்கே?
உணவு கலந்துண்டார் எங்கே?
உணவும் கலந்தார், உயிரும் கலந்தார்;
உவகை மிகுந்தார்; அவர் எங்கே?
எங்கு சென்றனர்?
நீ அவர்களை விழுங்கி விட்டாயா?
மறைத்து விட்டாயா? ஏப்பமிட்டு விட்டாயா?
அது உன் விளையாட்டல்லவா?
சக்தி விளையாட்டா? அவள் கூத்தா!

5

நாளே! நாள் ஆக ஆக நமன் வாய்ப்
படுகின்றனரே? நடுவிற் பிரித்துவிடுகின்றனையே?
நலங்குலைத் திடுகின்றனையே?
பெண்ணை ஆணுடன் பிணைக்கின்றனையே?
காதல் கொள்ளச் செய்கின்றனையே?
இன்பத்தில் உழலச் செய்கின்றனை?
மக்கள் பெறச் செய்கின்றனை?
நோயில் படுக்கச் செய்கின்றனை?
நொடியில் கட்டையில் கிடத்துகின்றனை?
பிரித்துவிடுகின்றனை? அது ஏன்?

6

நாளே; நாள்களே; சிறுமிகளே!
காலத்தேவன் மக்களே!
சுற்றிச் சுற்றி வளைத்திடும் நாள்களே!
எத்தனை? என்னுடன் இருப்பீர்?
கண்டன என் கண்கள், சென்ற அந்நாட்களை.
எத்தனை தோன்றும் நாட்கள்?
அதன் தொகை என்ன?

நாளே! அதன் கணக்கென்ன ?
சொல்லுவையோ ? நீ வல்லாயோ ?
"ஆகாதா ?" ஏன் ?
"தெரியாதா ?" ஏன் ?
"சக்தி படைப்பா" ?
அவள் தொழிலா ? அவள் கூத்தா ?
அவள் வெறியா ? அவள் களிப்பா ?
அவள் சூழ்ச்சியா ? அது என்ன ?
சக்தி; சக்தி; சக்தி; சக்தி!

7

நாளே! சென்றன செல்க.
இனி இன்பம் நிலவுக.
என்றும் நிலைத்திடுக.
எல்லார் காலமும் நீள்க.
என்னுடன் தொடர்க.
என்முன் அவரின்றி,
அவர் முன் எனது முடிக.
என் நாளில் அன்னை மனம் குளிர்க.
அவள் நாடு விடுதலை யடைக.
அவள் மக்கள் சுதந்திரம் அடைக.
சக்திதேவி; அவள் அம்சம் ஓர் நாள்.
அவள் படைப்பு; அவள் கூத்து;
அவள் அநந்தம்; எல்லையற்றவள்;
முடிவற்றவள்; அசைபவள்;
அசையாதாள்; பிணைப்பவள்; கலப்பவள்;
கட்டுபவள்; பிரிப்பவள்; எல்லாம் அவள்;
சக்தி முதற் பொருள்.
வளர்கிறாள்; நலந்தருகிறாள்; ஊக்கம் தருகிறாள்.
வித்தை தருகிறாள்; உறுதி தருகிறாள்;
ஒளி தருகிறாள்; தெளிவு தருகிறாள்;
அவள் லீலை.

8

நாளே! கண்முன் காணப்படும் இனிய நாளே!
நல்ல நல்ல மலரின் மகரந்தத்தூளைச் சுமந்துகொண்டு வா!
சுவைத்திட விரும்பும் புதிய கனியாக வா!
ஜீவரஸத்தைக் கொண்டு வா!
ஊக்கத்துடன் உவகையுடன் வா!
வெற்றி கொண்டு வா!
நோய்களற்ற உடலுடன் வா!
உறுதி கொண்ட நெஞ்சுடன் வா!

வான வெளியிலே விளக்கேற்றினாய்!
நீ ஒளி; நீ சுடர்; நீ விளக்கம். நீ காட்சி.
நீ உயிர் தருகிறாய்; நீ ஊக்கந் தருகிறாய்.
அழகு தருகிறாய்; ஆண்மை தருகிறாய்.
நீ வாழ்க. உன் மக்களை வாழ்விப்பாய்.
உன் சக்தி அனந்தம். உன் செயல் அநந்தகோடி.
உன்னைப் போற்றுகிறேன்.
நீ வாழ்க.

23.12.1934

~~~

60. வெற்றி

சேது

இரவும் பகலும் அகண்ட அணைப்பில் ஒன்று சேரும் மோகன உலகம். வானமெங்கும் நக்ஷத்ரங்கள் வாரியிறைத்த வைரங்களெனச் சிதறி மின்னிக் கொண்டு கிடந்தது. வானத்தின் ஒரு ஓரத்தில் சிறு கீறலாகக் கிடந்தான் சந்திரன்.

ஊருக்கு வெளியிலுள்ள குளக்கரை. இரு பக்கங்களிலும் தான்யக்கதிர்கள் நிறைந்திருக்க, மேற்புறத்தில் அடர்ந்த மரத் தொகுதி. பறவைகளின் பலவிதமான குரல் கலந்து ஒலித்தது. ஸ்படிக காந்தியுடன் சிறுசிறு அலைகளின் அணி.

முன்னொருநாள் கவிதைக் காதலி, கண்முன் நின்று மனதை மயக்கி மாய்த்துவிட்டு மறைந்துவிட்டாள். அவள் வருகையை வேண்டி, அவளுக்காக என் ஹ்ருதய வெளியை எத்தனை எண்ணங்களால் செப்பனிடுவது?

இன்று அடக்கவியலாத ஒரு பரவச ஆவல் மீறி எழுந்தது. சாந்தியின் பிறப்பிடமான அந்த குளக்கரை மண்டபத்தில் வந்து, தனிமையான இடத்தில் மனதைக் கட்டவிழ்த்துவிட்டேன். ஆழ்ந்த நிசப்தத்தில் மனம் ஆனந்தமாய் நீந்திவரப் புறப்பட்டு, கடைசியில் அலைந்து திரிந்துவிட்டு வந்து துவண்டு விழுந்தது. இது ஒரு தினம்.
~~~

மற்றொரு நாள். இரவின் கடைசி ஜாமம். மெள்ள மெள்ள மேற்புறம் மறையும் பூர்ண சந்திரன். கீழ் திசையில் – அரசனது வரவை அறிவிக்கும் ஆரவாரத் தொனி போன்ற, உதயகாலத்தை உணர்த்தும் பக்ஷி களின் ஆர்ப்பரிப்பு. கீழ் வானத்தின் சிவப்பு எழில் ப்ரக்ருதியைத் தழுவியது. சற்று மனதை லயப்படுத்தி பிரமையில் மூழ்கிப் பரவசமடைந்து நின்றிருந்தாள். நின்று புன்னகை பூத்து எனது தோல்வியைச் சுட்டிக் காட்டி மறைந்துவிடுகிறாள்.

இமைப்பொழுது கடந்ததும் சூரியன் தனது ஆட்சியைத் துவக்க உலகை உயிரூட்டி எழுப்பிவிடுகிறான். மனம் கலைந்துவிட்டது. சோர்ந்து விழுந்தது எனது பேதை நெஞ்சம். இது ஒரு சமயம்.

இன்று முயலுவது மூன்றாம் முறை. இன்று புதுமை என்னை அணுகிப்பரவுகிறது. என் மனதின் மாசு அகன்றது. தண்ணென்ற ஜிலிர்ப்பு என்னுள் ஓடி உலவுகிறது. என் இருதய வாயில் திறந்து விட்டதை மானஸிகமாய்க் காணலானேன்.

இன்று பூர்ணிமை. பால் நிலவு நிரம்பிய உலகம். பூர்ணிமை இரவில்தான் அவளது பூரண மலர்ச்சி. அவள் அருள்பிரவாகம் பெருகும் உயர்தினம்.

ஜனஸஞ்சாரமற்ற தனிமையான தண்ணீர்க்கரை. குளத்தில் மற்றொரு பொய் சந்திரன் கிடந்தான்.

உணவையும் உறக்கத்தையும் தவிர்த்திருந்த களைப்போ, அல்லது நிஜமாக அவள் மயக்க மதுவாடையோ என் புலன்கள் அசைவற்று, நினைவு தடுமாற்றம். கண்கள் விரிந்தன.

1

விண்ணோர் வழிதன்னிலே ஒரு
சோதி உதித்துப் படர்ந்தது காண்;
கண்ணைப் பறித்திடு காந்தியுடைய அந்த
சோதி மண்டல நட்டநடுவினிலே
பெண்ணுருக் கொண்டவள் காண்
வே[ப]தையென்றன் மனமறிந்தென்கண்
கண்ணுடன் கண்ணோக்கிக் கருத்தறிந்து
கவிதையரசி என்னருகில் நெருங்கலுற்றாள்.

2

வெண்கமல இதழ்போனிறத்தாள்
கருமேகத்தை யொத்தகுழலுடையாள்;
பண்ணிய பளிங்குப் பதுமைபோலுருவும்
பார்க்க வியப்புறு காட்சியினாள்
பண்புடனே பவளத்திடை நன்முத்து
பதித்தாற்போல அரும்பிய திருவாயுடையாள்;
கண்ணில் மகிழ்ச்சி ததும்பி நிறைந்திடக்
கலைச்செல்வி என்றன் அருகில்வந்தாள்.

3

வந்தென்சிந்தை குடிகொண்டுவிட்டாள்
இனிவாழ்வுறுதி என்றே உரைத்தாள்
பைந்தமிழ்க் காவியத் தேன்மடைதிறந்து
தெள்ளமுதம்போல் என்னுள் வார்த்துவிட்டாள்
சந்ததமும் அவள் தெய்வச்சிறப்பினில்
ஈடுபட்டு எந்தன் மெய்மறந்தேன்
சிந்தை தெளிந்து விழித்தெழுந்தேன்
திருச்செல்வி என்னுள் புகுந்து மறைந்தாள்.

27.1.1935

~~~

61. நாள் புதிதொன்று பிறந்தது

நந்தகோபாலன்

மெல்லெனத் தென்றல் தவழ்ந்தது.
வெள்ளலை வந்தது. சென்றது.
துள்ளிய வெண்மணல் மேலிராத்
தூவிய தண்பனி தோய்ந்தது.

தோணிகள் கட்டு மரங்களும்
சூழ்திரை ஊர்ந்து ததும்பின,
பேணிய வான்வெளிக் காற்றிலே
பெய்மழை ஏறி மிதந்தது.

கீழ்த்திசை நின்று வெளுத்தது,
கெக்கலி கொட்டி முகிழ்த்தது,
யாழ்த்திற லோசை பரப்பியே
ஏகின புள்சில வேகமாய்.
~~~

பாய்ந்தன ஆயிரஞ் செங்கதிர்,
பாயிருள் எங்கு புகுந்ததோ ?
சாய்ந்தசை வுற்றன தாவரம்
தண்ணிழல் நீட்டி ஓளிர்ந்தவே.

பொன்னொளி யுற்றது வெண்புயல்,
பூரணம் இந்திர ஜாலமோ ?
மின்னொளி வாய்ந்தது கணத்திலே
வெந்து சிவந்தது கார்முகில்!

சீத மணிக்கரு நீரிலே
தீயெழுங் காட்சியின் அற்புதம்!
மீதுறக் கால், அரை, வட்டமாய்
மெள்ள முளைத்தனன் ஆதவன்

நாள் புதிதொன்று பிறந்தது,
ஞாலமுங் கண்ணை விழித்தது,
நீள்கடல், வான், கதிர் ஆக்கினான்
நித்தியன் சக்தியைப் பாடுவாம்.

நீண்டது நீண்டது விண்சுடர்
நின்மல வெய்யவன் புன்னகை
ஈண்டிய மோகனச் சோதியில்
எய்தி அலர்ந்தது சிந்தையே.

இராமகிருஷ்ண விஜயம் 14.4.1935

~~~

62. ஆடுகள்

வித்வான் எஸ். உமைதாணு பிள்ளை

காடெல்லாம் அலைந்து நிதம்
கண்டவற்றைத் தின்று, – நாங்கள்
கண்டவற்றைத் தின்று;
நாடெல்லாம் நலம் பெருக
நல்ல பாலைத் தருவோம் – நாங்கள்
நல்ல பாலைத் தருவோம்.

மலையேறி மருந்து வகை
மனம்போலத் தின்று – நாங்கள்
மனம்போலத் தின்று;
மலைவின்றிப் பிணி யனைத்தும்
மாண்புடனே தீர்ப்போம் – நாங்கள்
மாண்புடனே தீர்ப்போம்.
~~~

உரம் பெறவே ஊக்கமதாய்
உடலினையே வளர்த்து – உங்கள்
உடலினையே வளர்த்து;
தரந்தரமாய் இவ்வுலகில்
தொண்டுபல செய்வோம் – உங்கள்
தொண்டுபல செய்வோம்.

நன்செய் புன்செய் நிலங்களுக்கு
நல்லவளம் தந்து – நாங்கள்
நல்லவளம் தந்து;
தஞ்சமென உங்களோடு
தரணியிலே வாழ்வோம் – நாங்கள்
தரணியிலே வாழ்வோம்.

தளிர்களையே தின்றுலகில்
தன்தொழிலைச் செய்து – நாங்கள்
தன்தொழிலைச் செய்து;
குளிர்தாங்க நல்லவுடை
குணமுடனே தருவோம் – நாங்கள்
குணமுடனே தருவோம்.

ஒற்றுமையாய் இவ்வுலகில்
ஒருமனமாய் வாழ்வோம் – என்றும்
ஒருமனமாய் வாழ்வோம்.
கற்றவரே யெங்கள் மீது
கருணை செய்யவேண்டும் – என்றும்
கருணை செய்யவேண்டும்.

காந்திமகான் உண்ண உளங்
கனிந்தமுதங் கொடுத்து – நாங்கள்
கனிந்தமுதங் கொடுத்து;
சாந்தியோடு தாய்நாட்டை
ஜயம்பெறவே செய்வோம் – நாங்கள்
ஜயம்பெறவே செய்வோம்.

15.1.1938

~~~

63. ஒன்றிய காதல்

ஸ்ரீவை. ரா. வெ.

நாதநாமக் கிரியை]   [சிருங்கார ரஸம்

காதலர் வீதியிற் செல்கையிலே – யவர்
    கால்படு தூசியோ டென்னுடலும்
தீதில் மறைந்து மகிழ்ந்ததுபோல் – நிதம்
    சிந்தனை செய்குவன் தோழியே!

ஆற்றினி லேயவர் மூழ்குவரேல் – அங்கு
    ஆடி யலைந்தெழும் நீர்தனிலே
வேற்றுமை யின்றியே யென்னுடலும் – உடன்
    வீழ்ந்து கரைந்ததென் றெண்ணுவேன்.

செவ்விய தாகுங்கண் ணாடியிலே – யவர்
    சீர்கொள் முகவுரு காணுவரேல்
கவ்வும் விழியில் உருகிடுவேன் – சுவைக்
    காதலின் ஜோதியில் ஆழ்ந்திடுவேன்.

மேனியிற் சந்தனம் பூசியபின் – அவர்
    விசிறிடும் போதினில் காற்றுடனே
நானுங் கலந்து குலவிடுவேன் – அவர்
    நன்மண மார்பை யணைந்திடுவேன்.

யானு மவர்தனைக் கூடிடவே – வெகு
    ஆர்வ முடனெழுந் தோடுகையில்
மானும் உயிர்கொளும் கூற்றுவனும் – அங்கு
    வந்திடை வீழ்ந்திடின் வீழ்த்திடுவேன்.

                              15.3.1938

~~~

64. செம்படவர் பாட்டு

'ரா. வெ.'

தூக்கமும் சோம்பலும் போக்கிடுவோம் – உடன்
    தோழரே துள்ளி யெழுந்திடுவோம்
சீக்கிரந் தண்டு வலையெடுப்போம் – கடல்
    செல்வத்தைக் கொண்டிங்கு சேர்த்திடுவோம்.

மணிக்கொடி

வேறு

காற்றடிக்கும் வேளையிது பாயைவிரிப்போம் – நமது
கட்டுமரம் ஓடவலை வீசியெறிவோம்;
சீற்றமுடன் எழுமிந்தத் திரைக்கடலில் – இன்பத்
தெம்மாங்குப் பாட்டிசைத்துக் களைப்பாறுவோம்.

முன்னாளில் நம்மவர்கள் உலகமெல்லாம் – கடல்
முற்றுங் கலக்கிச்சுற்றி வந்தனரன்றோ?
எந்நாளும் நமக்கிந்தக் கடல்களெல்லாம் – சிறு
ஏரிகுட்ட மாவதன்றி வேறினியுண்டோ?

முத்துக் குளித்தெடுக்குங் கைத்திறனெல்லாம் – இன்று
முழுதும் அழிந்ததெவர் சாபமிட்டதோ?
சித்தங் குலைக்குஞ்சுறா மீன்களையெல்லாம் – எங்கும்
சிதற வெருட்டி முத்துச் சிப்பியெடுப்போம்.

கூவிக் குதித்திடுவோம் கடல்தனிலே – வேளாக்
கொம்பைக் பிடித்திழுத்துத் தோணியில் சேர்ப்போம்
ஆவி பெரிதென் றெண்ணும் சிறுமைவிட்டே – இனி
அஞ்சாமல் தலைநிமிர்ந்து சாடியோடுவோம்.

மேகமந்தை யாவுமேநம் தோழர்களென்போம் – இங்கு
விம்மியெழும் அலைகளைச் சோதரரென்போம்
ஏகமாகப் பூமிசுற்றித் திகழ்கடலை – எங்கள்
இன்பந்தரும் தாயாக வாழ்த்திடுவோமே.

15.5.1938

~~~

65. தூரத்துப் பச்சை

'தீபன்'

தூரத்துப் பச்சை நம்பி
துளிகூட மேய்ந்திடாத
காராவைக் கண்டதுண்டு – மனமே!
கண்டதில் பயனுண்டோ?

மரம்விட்டு மரந்தாவி
மருந்துக்கும் பழமுண்ணாக்
குரங்கையும் கண்டதுண்டு – மனமே!
கண்டதில் பயனுண்டோ?

கானலைத் தண்ணீரென்று
காதங்க டந்திளைத்த
மானையும் பார்த்ததுண்டு – மனமே!
பார்த்ததில் பயனுண்டோ?
~~~

இதையெல்லாம் பார்த்தபின்னும்
இதற்கது மேலென்றெண்ணி
எதனையும் கொள்ளாமலே – மனமே!
ஏங்கினால் பயனுண்டோ?

15.5.1938

~~~

66. கன்னியின் ஆசை

ரா.ஸ்ரீ. தேசிகன்

வெண்ணிலாத் துயிலும் வெளிமா டத்தில்
கண்வள ராமல் எத்தனை கங்குல்
புண்படு மனத்தொடு புழுங்குவன் பெரிதும்
புத்தகம் விரித்தால் புறத்தினி லெனது
சித்தம் சடுதியில் சிறகடித் துலாவும்.
உலர்ந்தவுள் ளத்தில் உயிர்க்களை பெய்து
மலர்ந்திடச் செய்யும் மாநூல் களிலும்
சலிப்பு வந்திடில் சரண மெனக்கார்?
இயற்கை யழகி லின்புற்ற நாட்களும்
மாயமாய் மெள்ள மறைந்துபோ யினவே!
அலையின் தலைமீ தசைந்துவரு தென்றலும்
காலை யிளங்கதிர் தவழ்பூங் காவும்
மாலையில் மலரும் மல்லிகை மணமும்
நல்லிசை வீணை நவிலு நாதமும்
அல்ல லடைந்த மனத்தை யாற்றுமோ?
எல்லா மறிந்த ஈசற் கொழிய
எவர்க்கிங் கவிழ்ப்பேன் எனதந்த ரங்கம்?
அழகுதேய்ந் திடவும் ஆசை கருகவும்
உள்ளம் வெதும்பவும் ஆவி உலையவும்
அவலப் பிழைப்பில் அலமரு வேனோ?
தாயிருந் தாலும் தவிருமென் மனத்துயர்,
தந்தைதேர் வாரோ சிந்தா குலமே?
படிப்பும் வேண்டேன் பட்டமும் வேண்டேன்,
மண்குடி லாயினும் மகிழ்ச்சிமீ தூர
நாட்டார் போல நாளும்
வீட்டார் வாழ்க்கை விரும்புமென் மனமே.

<div style="text-align:right">1.6.1938</div>

~~~

67. ‘என்னூர்ப் பக்கம் போகேன்!’

புரசு பாலகிருஷ்ணன்

இனிப் போகேன் ஒரு நாளும் என்னூர்ப் பக்கமே
என்னுயிருக்கு நிலையான பத்மா நீத்ததனால்!
என்னூர் வானில் மிதந்திடும் மதியையும்
பார்க்கேன்! அவ்வானும் மதியும் கடலும்
பாரும் செய்திடும் சூழ்ச்சியைப் பொறுக்கேன்!
இருவரும் சேர்ந்து அங்கு உலாவினோம்!
இருவரும் சேர்ந்து அந்நிலவைப் பருகினோம்!
காற்றைக் குடித்தோம்! கண்குளிரும் புல்மேல்
சேர்ந்து உட்கார்ந்து கூடிக் களித்தோம்!
கடலின் மேல், குளிர் காற்று மெள்ள வீச,
படகில் மிதந்தோம்! வானில் மிதக்கும்
முழு மதிபால், பத்மாவின் இன்னிசைக் குரல்
கீழிருந்து அமுதம் போல் பாய்ந்ததுவே!
நானும், அவளும், நிலவும், இரவும்,
வானும், மீனும் சமநிலை யெய்தினோம்!
ஆ! இனிப் போகேன், போகேன், ஒருகாலும்
இனிப் போகேன், என்னூர்ப் பக்கம் போகேன்!
என்னூர் வானையும் கடலையும் புல்லையும்
சந்திரனையும் இனிப் பார்க்கச் சகியேன்!
பத்மா போனபின் பார்க்கவும் வேண்டுமோ?
பத்மாவின் வானன்றோ இவைகளின் இன்பம்?
என்னூருக்குப் போகேன்! உயிரில்லை யெனக்கு,
சென்னையில்தான் உயிரற்றுச் சாம்புகின்றேன்!

1.6.1938

~~~

68. கடல் காக்ஷி

‘தராபதி’

ஓவென் றலறிக் குமுறுதம்மா – என
துள்ளம் நடுங்கித் துடிக்குதம்மா
அலைமே லலையாய்த் தோன்றுதம்மா – எந்தன்
அங்க முழுதும் பதறுதம்மா
~~~

நெருங்கி நெருங்கி வருகுதம்மா – இங்கே
நிற்கவும் பயமுண் டாகுதம்மா
பால்போல் நுரையைக் கக்குதம்மா – நம்
பாப்பாவைப் போலத் தவழுதம்மா

கட்டுக் கடங்காக் கடலிதற்கும் – ஒரு
கரைதா னெப்படிப் போட்டனரோ?
வானும் கடலுமொன் றாகுதம்மா – அங்கே
வட்ட மதியமும் காணுதம்மா

அம்புலி முளைப்பது மிங்கேயோ? – தினம்
ஆதித்தன் தோன்றுவ திங்கேயோ?
கண்டுகொண் டேனிரு கண்ணாலே – வெய்ய
கதிரவ னிரவில் தங்குமிடம்.

15.6.1938

~~~

69. உய்விடம்

ரா.ஸ்ரீ.

கீழ்வா நுதலில் கிளர்ந்தெழும் காலைக்
கதிரவன் சுடரொளி கடிது பாயப்
பரந்த விண்ணிலும் விரிந்த பாரிலும்
கவியின் கனவும் காணருங் காட்சி
மலர்ந்தது கண்டோர் வியந்து மகிழவே.
ஆழ்கடல் திரைக்கை கொட்டி ஆர்த்தது;
ஊர்ந்தன ஓடைகள் பண்ணொலி செய்தே;
வண்டினம் முரலும் வாசச் சோலையில்
மலர்மணம் நிறைத்த தெங்கணும் மாருதம்;
புறத்தில் ஒருசொற் கடந்த பொலிவே –
அகத்தில் அளப்பரும் அந்த காரம்.
ஒளிவிழாச் சிறப்பில் உலகங் களிக்க
எளியேன் மனத்தில் எழுந்தது சோகம்.
அலைந்தும் அல்லல் தணியா திருப்பச்
சுடுதுயர் மதுர கீதமாய்ச் சுரக்க,
~~~

கழிபெருங் களிப்பில் மிகுமதங் கொண்ட
உலகம் பருகி உற்றதென் துயரம்:
அகன்றது துக்கம், அவனியில் நானும்
உய்விடம் உணர்ந்தேன் அவ்விசை யகத்தே.

15.7.1938

~~~

70. வானத்தின் மினுக்கிப் பெண்கள்

ரா. சாரங்கபாணி

முட்டுப்பனி யிட்டமூடி மூலமாகவே – கண்ணை
மூடிமூடி மினுக்கையில் வெட்கமில்லையா ?

கட்டுதிட்ட மொன்று முங்கள் வீட்டிலில்லையா ? – யாரும்
கண்டாலிப்போ பேசாமல் விட்டிடுவாரா ?

நித்தநித்தம் சுற்றிவந்தும் புத்தியில்லையா ? – அங்கு
நீந்தியோடும் சந்திரன்பின் னோடுறீர்களே!

“எத்தினமு மென்கரத்தைத் தொட்டிடப்போமோ ?” – என்று
இறுதியாகச் சொன்னதும் நினைவிலில்லையா ?

15.11.1938

~~~

பிற்சேர்க்கைகள்

சி. சுப்ரமணிய பாரதி

கவிதாதேவி
அருள்வேண்டல்

விண்ணுலகத்துத் தீங்குரலை, இரகசியமாக மனக் கற்பனையிலே கேட்டுச் சுவைக்கும் திறம்படைத்த கவிஞன், அந்த அமுதச் சுவையைத் தன்னைப்போலப் பிற மனிதரும் கேட்டுக் களிக்க வேண்டுமென்று துடிக்கும் துடிப்பிலே அதைக் கவிகளாகச் சிந்தி விடுகிறார்.

திடீரென்று அந்தக் கற்பனையூற்று தானாக அடைபட்டு நின்றுவிடுகிறது சிலகாலம்.

மாதமோர் நான்காநீர் – அன்பு
வறுமையிலே எனை வீழ்த்திவிட்டீர்
எங்ஙனம் சென்றிருந்தீர்? என
தின்னுயிரே யென்றன் இசையமுதே

என்று உள்ளம் பதைத்துக் கூவுகிறார்.

மற்றொரு சமயம், தானாக அந்த ஊற்றுக்குத் தடை போட்டு,

"... ஒருவனைத் துணையெனப் புகுந்து அவன் பணிசெய விசைந்து" ... விட்டார்.

திடீரென்று தனது வீழ்ச்சி புலனாகிறது. "ஐயோ! எத்தகைய செல்வத்தை இழந்துவிட்டேன்! சீ!" என்று துடிக்கிறார்.

பச்சாத்தாபத் தீயில் வீழ்ந்து பதைக்கும் கவிதையுள்ளம் "கடல் மடை திறந்தாற்" போல அந்த ஈன நிலையைச் சீறிப் பாடுகிறது.

நமது தேசீயக் கவியரசரின் இந்த அரிய பாடல் சுதந்திரனில் ஏற்கெனவே பிரசுரிக்கப்பட்டது. ஆனால் இது இன்னும் புஸ்தக உலகில் சேர்க்கப்படவில்லை.

வாராய்! கவிதையாம் மணிப்பெயர்க் காதலி!
பன்னாள் பன்மதி ஆண்டுபல கழிந்தன
நின்னருள் வதனநா னேனுறக் கண்டே
அந்தநாள் நீயெனை யடிமையாக் கொளயாம்

மானிடர் குழாத்தின் மறைவுறத் தனியிருந்
தென்னிலா வின்பத் திருங்கடற் றிளைத்தோம்
கலந்துயாம் பொழிலிடைக் களித்த வன்னாட்களிற்
பூம்பொழில் குயில்களி னின்குரல் போன்ற
தீங்குரல் உடைத்தோர் புள்ளினைத் தெரிந்திலேன்.

மலரினத் துன்றன் வாள்விழி யொப்ப
நிலவிய தொன்றினை நேர்ந்திலேன் குளிர்புனற்
சுனைகளி லுன்மணிச் சொற்கள்போற் றண்ணிய
நீருடைத் தறிகிலேன் நின்னொடு தமியனாய்
நீயே யுயிரெனத் தெய்வமும் நீயென

நின்னையே பேணி நெடுநாள் போக்கினேன்.
வானகத் தமுத மடுத்திடும் போழ்து
மற்றத னிடையோர் வஞ்சகந் தொடுமுள்
வீழ்ந்திடைத் தொண்டையில் வேதனை செய்தென
நின்னொடு களித்து நினைவிழந் திருந்த

எனைத்துயர் படுத்த வந்தெய்திய துலகிற்
கொடியன யாவுளுங் கொடியதா மிடிமை
அடிநா முள்ளினை அயல்சிறி தேகிக்
களைந்துபின் வந்து காண்பொழு தையகோ!
மறைந்தது தெய்வ மருந்துடைப் பொற்குடம்.

மிடிமைநோய் தீர்ப்பான் வீணர்தம் உலகப்
புன்தொழில் ஒன்று போற்றது மென்பான்
தென்திசைக் கண்ணொரு சிற்றூர்க் கிறைவனாந்
திமிங்கல வுடலுமோர் சிறிய . . .
பொருந்திய வொருவனைத் துணையெனப் புகுந்தவன்

பணிசெய விசைந்தேன், பதகி(?)நீ யென்னைப்
பிரிந்துமற் றகன்றனை, பேசொணா நின்னருள்
இன்பமத் தனையு மிழந்துநா னுழன்றேன்.
சின்னாள் கழிந்தபின் – யாதெனச் செப்புகேன்!
நின்னொடு வாழ்ந்த நினைப்புமே தேய்ந்தது.
கதையிலோர் முனிவன் கடியதாஞ் சாப

✧ 116 ✧ மணிக்கொடி

விளைவினாற் பன்றியா வீழ்ந்திடு முன்னர்த்
தன்மக னிடை“யென் றனயநீ யான்புலைப்
பன்றியாம் போது பார்த்து நில்லாதை!
விரைவிலோர் வாள்கொடு வெறுப்புடை யவ்வுடல்

துணித்தெனைக் கொன்று தொலைத்தலுன் கடனாம்
பாவமிங் கில்லையென் பணிப்பிஃ தாகலின்”
தாதைசொற் கிளைஞன் தளர்வொடு மிணங்கினான்
முனிவனும் பன்றியா முடிந்தபின் மைந்தன்
முன்னவன் கூறிய மொழியினை நினைந்தும்,

இரும்புகழ் முனிவனுக் கிழியதா மிவ்வுடல்
அமைந்தது கண்டுநெஞ் சழன்றிடல் கொண்டும்
வாள்கொடு பன்றியை மாய்த்திட லுற்றனன்.
ஆயிடை மற்றவ் வருந்தவப் பன்றி
யினையது கூறும் “ஏடா! நிற்க!

நிற்க! நிற்க! முன்னர்யா நினைந்தவா
றத்துணை துன்புடைத் தன்றிவ் வாழ்க்கை
காற்றும் புனலுங் கடிப்புற் கிழங்கும்
இனையபல் லின்ப மிதன்கணே யுளவாம்
ஆறேழ் திங்கள் அகன்றபின் வருதியேற்,
பின்எனைக் கோறலாம்” பீழையொ டிவ்வுரை
செவியுறீஇ முடிசாய்த் திளையவன் சென்றனன்.
திங்கள்பல போயபின் முனிமகன் சென்று
தாதைப் பன்றியோர் தடத்திடைப் பெடையொடும்
போத்தினம் பலவொடு மன்பினிற் பொருந்தி

யாடல்கண் டயிர்த்தனன். ஆற்றொணா தருகுசென்று
“எந்தாய்! எந்தாய்! யாதரோ மற்றிது!
வேதநூ லறிந்த மேதகு முனிவரர்
போற்றிட வாழ்ந்தநின் புகழ்க்கிது சாலுமோ?
எனப்பல கூறி யிரங்கினன், பின்னர்

வாள்கொடு பன்றியை மாய்த்திடல் விழைந்தான்.
ஆயிடை முனிவ னகம்பதைத் துரைக்கும்
“செல்லடா! செல்க தீக்குணத் திழிஞ!
எனக்கிவ் வாழ்க்கை யின்புடைத் தேயாம்
நினக்கிதிற் றுன்ப நிகழுமேற் சென்றவ்

வாளினின் னெஞ்சை வகுத்துநீ மடிக”
என்றிது கூறி யிருந்தவப் பன்றிதன்
இனத்தொடு மோடி யின்னுயிர் காத்தது.
இன்னது கண்ட இளையவன் கருதும் –
“ஆவா! மானிடர் அருமையின் வீழ்ந்து

புன்னிலை யெய்திய போழ்கதி னெடுங்காற்
றெருமரு கின்றலர். சில்பகல் கழிந்தபின்
புதியதா நீசப் பொய்மைகொள் வாழ்வில்
விருப்புடை யவராய் வேறுதா மென்றும்
அறிந்தில ரேபோன் றதிற்களிக் கின்றார்.

என்சொல்கேன் மாயையி னெண்ணரும் வஞ்சம்";
திமிங்கில வுடலும் சிறிய... ...
ஓரேழ் பெண்டிரு முடையதோர்... ...
தன்பணிக் கிசைந்தென் தருக்கெலா மழிந்து
வாழ்ந்தனன் கதையின் முனிபோல் வாழ்க்கை!

29.7.1934

~~~
~~~

மொழிபெயர்ப்புக் கவிதைகள்

1

ஸ்ரீ அரவிந்தருக்கு அஞ்சலி

கவி ரவீந்திரர் காணிக்கை

சுத்தானந்த பாரதி

அரவிந்தரின் தெய்வ வீரத்தையும், அருள் வாக்கையும், 1906ஆம் ஆண்டிலேயே கவி ரவீந்திரர் கண்டு, அஞ்சலி செய்து வணங்கினார். ரவீந்திரர் பாடிய ஸ்துதியை ஸ்வாமி சுத்தானந்த பாரதியார் வங்க மொழியினின்றும் தமிழில் மொழிபெயர்த்திருக்கிறார். கீழ்கண்ட பாட்டுகளை அதனின்றும் எடுத்து ஒரு 'மணிக்கொடி' நண்பர் உதவியிருக்கிறார்.

அரவிந்தர் சொல்லழகு!

1. பாரதத் திலகு வீணை – வாணி யருட்
பார்வை நாட்டினாள் உன் முகம்!
வாரிமீட்டு ஜங்காரத் தில்லை, துயர்
வறுமை, அச்சம், அவமானமே!!

2. வெம்புயற் கடலின் விம்மு கர்ச்சனையும்,
வெறிநடம் புரியு மருவிதன்,
கண்ணிலா விரைவிற் கற்றகர்ப் பதுவும்,
கந்தரத்தை யிடி யார்த்துமே,

3. தடதடென்று கம்பீர வீரமாய்த்
தட்டியே விழிப் பூட்டிடும்,
இடைமுழக்கில் இரவீந்திரன் அஞ்சலியை
யேற்றருள்வை யரவிந்தனே!

அரவிந்தர் மாண்பு!

"பொலிவுமிகுங் காலையினும் புத்தழகின் வளமே!
பொங்கிவருங் கங்கையினும், பொம்மிவரும் அருளே!

அலைவிம்மித் தத்தெறியும், அகண்டசுகக் கடலே!
அமரர்குலப் புவனமெலாம் அடிபணியும் அரசே!
உலகாளும் சக்திகளை உள்ளாளுந் திறனே!
யோகபரி பூரணமே! ஏகரஸ போகம்!
பலவிரிவாய் அனுபவிக்கும், பரமான்மப் பொருளே!
பாரெல்லாம் உன்னிறைவிற் பேரின்பம் பெருக!!

5.11.1933

~

2

காலைக்கடல்

'கூத்தன்'

(காலம் சென்ற சித்தரஞ்சன தாசர் வங்காளியில் எழுதிய சாகரசங்கீதம் என்ற கவிதையை, அரவிந்தர் ஆங்கிலத்தில் மொழிபெயர்த்திருக்கிறார். அதன் தமிழ் மொழிபெயர்ப்பு.)

கதிரவன் உதயமாகவில்லை.
மோகனமான இருள் உன்னைத் தழுவுகிறது;
உன்னைத்தன்னுள் ஆக்குகிறது.
காதலின் திரையா?
உன் வதனத்தில், உன் கண்களில்
உறக்கத்திலும் விழிப்பிலும்
என்ன சாந்தி!
இந்த சப்தமற்ற ஒளியில், காணும் இருளில்
உன் முகத்தில், உன்கண்களில்
என்ன சாந்தி!

என் வார்த்தைகள், என் கவிதை
இந்தக் காலையில்
தடுமாறுகின்றன.
நான் உனக்கு இளையவன் அல்லவா,
உனது கனிந்த பார்வை
என்னைச் சில சமயங்களிலாவது
நோக்காதா?
உன் ஹ்ருதயத்தில் ஒலிக்கும் கவிதை
என் உள்ளத்திலும்
ஒலி செய்கின்றது.

25.11.1934

~

3

பெண் மனம்

'கேசு'

(ஆங்கிலத்திலிருந்து மொழிபெயர்த்தது.)

மையல் கொண்ட வாலிபன் செவியுள்
(ஐயோ பாவம்) விதித்தனள் பரத்தை:
"சொன்னதைச் செய்வாய்:உன் அன்னையின் நெஞ்சை
என்நாய்க் கிரையாய் இன்றே கொணர்வாய்"
சென்று மைந்தன் கொன்றான் தாயை.
கொய்தசெந் நெஞ்சைக் கைதனில் ஏந்தி
வேசியை நாடி வீசி நடந்த
வாலிபன் கால்தடு மாறி வீழ்ந்தான்.
புழுதியில் நெஞ்சும் விழுந்து புரண்டு
உருகுங் குரலில் உரைத்த திம்மொழி:
"கண்மணி, குழந்தாய். ஏனோ விழுந்தாய்?
பெண்மனம் தாங்குமோ பிள்ளை தீங்குறின்?"

1.4.1938

~

4

விளக்கும் விட்டிலும்

(இக்பால் எழுதியதன் மொழிபெயர்ப்பு)

விளக்கே! விட்டில் ஏன் உன்னைக் காதலிக்கிறது,
ஓய்வில்லாத தன் வாழ்வை ஏன் அர்ப்பணம் செய்கிறது,
உன்னுடைய மென்மை இயல்புகள், சூரியனைத்
  தொடர்ந்தோடும்
  கிரகம்போல், அதை நிலையற்றதாக்குகின்றது,
நீ அதற்குப் புகட்டிய பிரேம மந்திரங்கள் யாவை?

மரணத்தில் அது சாந்தியடைகின்றது,
ஒளியில் அதற்கு என்ன நித்திய வாழ்விருக்கிறது?
உன் அடியில் வீழவேண்டு மென்பதே அதன் பிரார்த்தனை;
அதன் சிறிய இதயத்திலும் காதலின் பொறி
  சுடர்விடுகின்றது.

1.5.1938

~

5

ஆங்கிலர்க்கு ஒரு கீதம்

ஆங்கில மகாகவி ஷெல்லி பாடியது

பொ.தி.

1. ஆங்கில மக்காள்! உங்களைத் தாழ்த்தும் தனவந்தர்க்கு
 நீங்கள் உழுவது ஏன்?
உங்களைத் துன்புறுத்துவோர்க்கு உயர்ந்த உடைகள்
 கஷ்டத்தோடுங் கவலையோடும் நெய்வது ஏன்?

2. அந்த நன்றியற்ற ஆண்தேனீக்கள் உங்கள் வேர்வையை
 வடிக்கும், உங்கள் குருதியைக் குடிக்கும்.
ஆயினும் அவைகட்குத் தொட்டில் முதல் சுடுகாடுவரை
 உணவும் உடையும் தந்து காப்பது ஏன்?

3. ஆங்கிலத் தேனீக்களே! நீங்கள் மெய்வருந்திச்
 சிருஷ்டிப்பவைகளை உங்களிடமிருந்து பறிப்பதற்காக
அந்த ஆண் தேனீக்களுக்கு நீங்கள் ஆயுதங்கள் விலங்குகள்
 ஆக்கித் தருவது ஏன்?

4. உங்களுக்கு உணவு, ஓய்வு, ஒதுங்க இடம் உண்டா?
 உங்களுக்குச் சௌகரியம், சமாதானம் உண்டா?
உங்களுக்குக் கஷ்டங்களை மாற்றும் காதல் அஞ்சனம்
 உண்டா?

 அரும்பாடு அச்சம் இவை அளித்து
நீங்கள் வாங்கும் பொருள்தான் யாது?

5. நீங்கள் விதைக்கிறீர்கள் – அயலான் அறுக்கிறான்;
நீங்கள் நெய்கிறீர்கள் – அயலான் அணிகிறான்;
நீங்கள் ஆக்குகிறீர்கள் – அயலான் அநுபவிக்கிறான்;
நீங்கள் ஆயுதம் அமைக்க – அவன் அதை உங்கள் மீதே
 உபயோகிக்கிறான்;

6. விதையுங்கள் – ஆனால் கொடுங்கோலனை
 அறுக்கவிடாதீர்கள்;
நெய்யுங்கள் – ஆனால் சோம்பேறியை அணிய விடாதீர்கள்;
ஆக்குங்கள் – ஆனால் அயலானை ஆளவிடாதீர்கள்;
ஆயுதம் செய்யுங்கள் – ஆனால் நீங்களே உபயோகியுங்கள்.

7. குகையிலும் குடிசையிலும் ஒதுங்குகிறீர்கள்,
நீங்கள் அலங்கரித்த மாளிகையில் அயலான் வசிக்கிறான்!
நீங்கள் செய்த விலங்கை நீங்களே அணிவதேன்?
நீங்கள் வடித்த வேல் உங்களையே நோக்கி வருவதேன்?

8. ஆம், உங்கள் மண்வெட்டி கொண்டு
உங்கள் சவக்குழியையும் சமைத்துக் கொள்க;
ஆம், உங்கள் தறியைக் கொண்டு
உங்கள் சவமூடு துணியையும் நெய்துகொள்க;
ஆங்கில நாடு உங்களுக்கு இடுகாடு வழங்கும்,
கவலை வேண்டாம்.

15.11.1938

~ ~ ~

முகப்புப் படங்களின்கீழ் பெயரின்றி இடம்பெற்றவை

1

தேர்தல் தரிசனம்

ஸர் ஷண்முகம் புதுப்புகழ்

வோட்டர் துதி

சட்டசபை யேறிச்சதி செய்யுமுக மொன்றே
ஸர்க்கரோடு ஸல்லாபம் பேசுமுக மொன்றே
ஓட்டாவாவில் நமைமாட்டி ஒடுக்குமுக மொன்றே
வேலைக்கு வேர்த்தலையும் வீரமுக மொன்றே
காங்கிரசைத் தொலைக்கத்துணை நின்றமுக மொன்றே
கண்ணியத்தை விற்றுமேதீங் கிழைக்குமுக மொன்றே
ஆறுமுக மானபொருள் நீஅகல வேண்டும்
அஸெம்பிளி யாஸனத்தி லமர்ந்தபெரு மாளே

வோட்டர்: — ஷண்முகமே! நீர் செய்யும் துன்பம் பொறுக்க முடியவில்லையே. சட்டசபையை விட்டு நீங்கள் அகலுவீராக!

30.9.1934

~

2

வெல்லிங்டன் துறையில்

இரட்டைமுறைத் தோணி பற்றி ஆர்டினன்ஸ் கோலை யூன்றி
அரசியல் சரக்கை யேற்றி ஆழ்கடல் உற்ற போது
வெல்லிங்டன் பாறை தாக்கி விபத்துவந்து உற்ற காலை
அல்லல்தீர காந்தித் தோணி அஸெம்பிளியை மீட்ட மாதோ.

(கொச்சிக்கருகில் ஒரு படகு வெல்லிங்டன் ரிக்ளமேஷன் என்ற விடத்தில் மோதிச் சேதமடைந்ததாக ஒரு செய்தி வந்தது. அதைக்கொண்டு இந்திய ராஜீய கடலை சித்திரித்திருக்கிறார் ஸ்ரீமான் சங்கர்)

['*ஹிந்துஸ்தான் டைம்ஸ்*' இதழில் சங்கர் வரைந்த கருத்துப்படத்தை மறுவெளியீடு செய்து அதன்கீழ் அளிக்கப்பட்ட பாடல் — ப.ஆ.]

21.10.1934

~~~
~~~

கவிதைத் தொடக்க முதற்குறிப்பு

[எண்: பக்க எண்]

அட கதையே! / 61
அணில் கொம்பிலே / 67
அருட்கட லாகிய / 53
அறிவை வளர்ப்பது / 93
அன்பு நினைத்தது / 81
ஆங்கில மக்காள்! / 122
ஆடு மணிக் கொடியே / 52
ஆண்களுக்கே கல்விநலம் / 94
ஆண்ட நாட்கள் / 27
இதோ விரிந்து / 59
இரட்டைமுறைத் தோணி / 124
இருளினில் மரத்தின் / 64
இளமையின் ஆர்வ / 72
இனிப் போகேன் ஒருநாளும் / 109
உயிரின் உன்னத / 73
எங்கெங்குக் காணினும் / 36
எரிபோல் விழியும் / 39
ஏட்டள விருந்த / 49
ஏடெடுத் தேன்கவி / 45
ஓயாமல் எண்ணியும் / 73
ஓவென் றலறிக் / 109
கதிரவன் உதயமாகவில்லை / 120
கமலம் அடுக்கிய / 44
கவியின் உள்ளப் / 83
காடெல்லாம் அலைந்து / 104
காதல் என்றால் / 74
காதலர் வீதியிற் / 106
காந்தமுண்டு, கட்டுமுண்டு / 84
காலைக் கதிர்எழ / 86
கானக் காட்டில் / 91
கானற் கோடை / 82
கீழ்த்திசை வானொளி / 56
கீழ்வா நுதலில் / 110
குட்டி அவ என்ன சோக்கு / 75
கூட்டிலிருக்கும் கிளிக்குஞ்சே! / 61
கொட்டு முழக்குகளும் / 63
கொடிஉயரக் குறிஉயரும் / 84
சங்கங்களால், – நல்ல / 46
சட்டசபை யேறிச்சதி / 124
சித்திரைச் சூரியன் / 65
சிவத்தி ருப்பணி / 95
தங்க மனையினைப் / 54
தமிழ்நா டெங்கும் / 40
தமிழ் வளர்ப்பவரே / 33
தமிழுக்கும் அமுதென்று / 27
தன்னந் தனிவீட்டில் / 89
தனக்கென்றோர் தனியுலகு / 78
தனித்தமைந்த வீட்டிற் / 41
'தாய்நாடு' என்று / 77
திக்கற்ற தெரு வழியே / 74
திங்கள்கதிர் உள்ளமட்டுன் / 43
தூக்கமும் சோம்பலும் / 106

தூரத்துப் பச்சை / 107
தென்னை மரத்தில் / 31
நாளே வா / 98
நிலவு பொழியு / 97
நீனிறக் கடலே / 87
நெற்றியில் நீறு / 49
பரிதி கண்டோம்! / 48
பாரதத் திலகு / 119
பூவின் அழகிலும் / 78
பெண்ணே! உன் கண்களில் / 68
பொழுது விடியப் / 37
மங்கைப் பருவமகள் / 90
மயிலையென் மனத்தில் / 79
மாந்தோப்பு வஸந்தத்தின் / 58
மின்னற் கொடிபோலக் / 79
முட்டுப்பனி யிட்டமூடி / 111
மெல்லெனத் தென்றல் / 103
மேற்றிசையில் வானத்தில் / 29
மையல் கொண்ட / 121
மொழிமலர்மேல் மலர்ந்திருக்கும் / 85
வாராய்! கவிதையாம் / 116
விண்ணோர் வழிதன்னிலே / 102
விளக்குவைத்த நேரத்தில் / 34
விளக்கே! விட்டில் / 121
வெண்ணிலாத் துயிலும் / 108
வெற்றிச் சங்கை / 50

~ ~ ~

துணைநூற்பட்டியல்

உமா மகேஸ்வரி, க., கவிதை வளர்த்த மணிக்கொடி, நியூ செஞ்சுரி புக் ஹவுஸ் (பி) லிட், சென்னை, மு.ப. 2006.

குருநாதன், இராம.,ஜீவா – நாரண துரைக்கண்ணன், சாகித்திய அகாதெமி, புது தில்லி, மு.ப. 2002.

சதீஷ், அ. (ப.ஆ.), கு.ப.ரா. கட்டுரைகள், அடையாளம், புத்தாநத்தம், மு.ப. 2011.

சிவத்தம்பி கார்த்திகேசு, நவீனத்துவம் – தமிழ் – பின்நவீனத்துவம், நியூ செஞ்சுரி புக் ஹவுஸ் (பி) லிட், சென்னை, மு.ப. 2010.

பாரதிதாசன், பாரதிதாசன் கவிதைகள் – இரண்டாம் பகுதி, பாரதிதாசன் பதிப்பகம், புதுச்சேரி, மு.ப. 1949.

பாரதிதாஸன், பாரதிதாஸன் கவிதைகள், கடலூர், மு.ப. 1938.

பிச்சமூர்த்தி, பிச்சமூர்த்தி கவிதைகள், எழுத்து பிரசுரம், சென்னை, மு.ப. 1975.

பிச்சமூர்த்தி, பிச்சமூர்த்தி கவிதைகள், க்ரியா, சென்னை, 1985.

மணிகண்டன், ய. (தொகுப்பும் பதிப்பும்), ந. பிச்சமூர்த்தி கட்டுரைகள், சந்தியா பதிப்பகம், சென்னை, மு.ப. 2012.

மணிகண்டன், ய., மணிக்கொடி மரபும் பாரதிதாசனும், காலச்சுவடு பதிப்பகம், நாகர்கோவில், மு.ப. 2014.

ராமையா, பி.எஸ்., மணிக்கொடி காலம், மெய்யப்பன் பதிப்பகம், சிதம்பரம், மூ.ப. 2011.

ராஜகோபாலன், கு.ப., சிறிது வெளிச்சம், வாசகர் வட்டம், சென்னை, 1969.

வல்லிக்கண்ணன், புதுக்கவிதையின் தோற்றமும் வளர்ச்சியும், பாரி நிலையம், சென்னை, மு.ப. 2008.

இதழ், மலர்

எழுத்து, செப்டம்பர் 1960 ❖ பி. எஸ். ராமையா மணிமலர், சென்னை, 1965.

~~~